நலம் வாழ்க

முனைவர் ச. உதயகுமார்

AF653168

SHANLAX PUBLICATIONS

நூல் விபரப் பட்டியல்

நூலின் பெயர்	:	*நலம் வாழ்க*
ISBN	:	**978-93-87871-85-4**
மோழி	:	தமிழ்
பதிப்பு	:	முதல் பதிப்பு, மே, 2019
பக்கங்கள்	:	110
பதிப்பகம்	:	சான்லாக்ஸ் பதிப்பகம் 61, T.P.K மெயின் ரோடு, வசந்த நகர், மதுரை – 3.
விலை	:	**Rs. 150/-**

அணிந்துரை

மரு.ஜெயவெங்கடேஷ் எம்.டி (சித்தா)
இணைப் பேராசிரியர்
ஆர்.வி. எஸ் சித்த மருத்துவக் கல்லூரி,
கண்ணம் பாளையம்,
கோயம்புத்தூர்.

நலம் வாழ்க! நூலாசிரியர் முனைவர் ச. உதயகுமார் அவர்களின் நலம் தரும் கவிதை நூலுக்கு அணிந்துரை வழங்கும் வாய்ப்பு சான்லாக்ஸ் பதிப்பகம் மூலம் கிடைத்தது.

நூற்றியொன்று கவிதைகள் வாயிலாக நாம் ஆரோக்கியமாக வாழும் வழிமுறைகளை வலியுறுத்தியுள்ளார்

இந்தக் கவிதை நூலை படிக்க ஆரம்பிக்கும் பொழுதே ஆசிரியரின் மொழிப் பாங்கு என்னை ஈர்த்தது. முன்பெல்லாம் கடிதம் எழுதும் பொழுது நலமா! நலம் அறிய ஆவல்! என்று ஆரம்பிப்போம். அதுபோல ஆசிரியரும் நலமா!! என்ற முதல் வார்த்தையில் நமது கடந்த காலத்தை நினைவுபடுத்துகிறார்.

சித்த மருத்துவத்தை தொகுத்து வழங்கிய சித்தர்கள் அனைவரும் பெரும்தமிழ் அறிஞர்களாக திகழ்ந்தனர். எதுகை, மோனை, மறைபொருள் என பல இலக்கிய சித்து விளையாட்டுகளை தங்கள் பாடல்களில் புகுத்தி சித்தர்க்ள எழுதி வைத்த பல்வேறு பாடல்களுக்கு இன்றும் தமிழ் அறிஞர்கள் பொருள் எழுத இயலாமல் திணறிக் கொண்டிருக்கின்றனர் என்பதே உண்மை. ஆனால் எளிதில் புரியும் வண்ணம் ஆசிரியர் கவிதை இயற்றியுள்ளார்.

தேரையர் என்னும் சித்தர் " பிணியணுகா விதி" என்னும் பாடலில் நாம் எப்படி வாழவேண்டும் என்பதை மிக அழகாகக் குறிப்பிட்டுள்ளார். அதுபோல் சித்தமருத்துவ "நோயில்லா நெறி" நூலிலும் நாம் வாழும் வாழ்க்கை முறை பற்றிய குறிப்புகள் குறிப்பிட்டுள்ளன. நாம் வாழும் இடத்திற்கு ஏற்றாற்போல் நமது வாழ்க்கை முறையை அமைத்துக் கொள்ள வேண்டும். நாம் வாழும் இடத்தில் என்ன உணவுகள் கிடைக்கின்றனவோ அதனை உட்கொள்ள பழகிக் கொள்ள வேண்டும். பசித்தால் மட்டுமே உண்ண வேண்டும். அறுசுவையை உணவில் சேர்த்துக் கொள்ள வேண்டும் போன்ற சித்த மருத்துவ அடிப்படைக் கருத்துகளை வலியுறுத்தி தமிழ் மருத்துவம் கூறும் நன்னெறிகளை தனது கவிதைத் தொகுப்பின் மூலம் அனைவரும் புரிந்து கொள்ளும்

வண்ணம், எளிமையாக, கவிதை நடையில் இயற்றியுள்ள ஆசிரியரை எவ்வளவு பாராட்டினாலும் தகும்.

நிலம், நீர், காற்று, ஆகாயம் என் இயற்கையை பாதுகாக்கும் முறைகளை முதலிலேயே விளக்கிவிட்டார்.

பல்வேறு நோய்களுக்கு காரணமாக அமையும் மாவுப் பொருட்களை தவிர்த்து நோய் வராமல் தடுக்க வேண்டுமென மருத்துவராக மாறி அறிவுரையும் வழங்குகிறார்.

நாம் உண்ணும் உணவில் அளவு, பச்சை நிற காய்கறிகளின் தன்மை, துரித உணவுகளை தவிர்த்தல், உடற்பயிற்சி, வீட்டில் செய்யக்கூடிய எளிய வீட்டு வேலைகள், வெயில் உடலில் படும்படி அடிக்கடி வெளியில் சென்று வருதல் என தற்போதைய சூழ்நிலைக்கு ஏற்றார்போல் நோய்வராமல் நலம் காக்கும் வழிமுறைகளை குறிப்பிடுகிறார்.

வாரம் ஒருமுறை எண்ணெய் குளியல், சோறு வடித்து சாப்பிடுதல், அம்மி/ ஆட்டுக்கல்லில் அரைத்த உணவுகளை உட்கொள்ளுதல் என நமது பாரம்பரிய மருத்துவ முறைகளை கடைபிடிக்க சொல்லி வலியுறுத்துதல் அழகு.

கலப்பு பாலின்றி பசுவின் பாலைக் உட்கொண்டு, மண் பானையில் சமைத்து சாப்பிடுங்கள் என ஆசிரியர் குறிப்பிடுவது கிராமத்து வாழ்க்கையை நினைவு படுத்துகிறது.

வாசல் தெளித்து, கோலம் போட்டு, அன்றாடம் வீட்டில் இரண்டு முறை சூரிய உதயத்திலும், அந்தி சாயும் முன்பும் வீடு பெருக்கிய அந்த காலத்தை நமக்கு நினைவு படுத்துகிறார் ஆசிரியர்.

பால் சார்ந்த உணவுகள், காய்கறி, கீரை, சித்த மருத்துவத்தில் குறிப்பிடப்படும் மருந்துணவு கசாயங்கள் ஆகியவற்றை எப்படி உணவாக எடுத்துக்கொள்ள வேண்டும் என்று விளக்கமாகக் கூறுகிறார்.

நோயுற்ற போது வெந்நீர் அருந்துவது, கந்தையானாலும் கசக்கி சுத்தமாக உடுத்த வேண்டும், சுத்தமான காற்றை சுவாசிக்க வேண்டும், தூய தமிழிலேயே பேச வேண்டும், வீட்டில் தயாரித்த உணவுகளை உட்கொள்ள வேண்டும். வீட்டை சுத்தமாக வைத்திருக்க வேண்டும், அடிக்கடி கை, கால்களில் அரைத்த மருதாணி வைத்துக்கொள்ள வேண்டும் என அனைவரும் கடைபிடிக்கும் வண்ணம், பல்வேறு ஆரோக்கிய குறிப்புகளை, மனதார உணர்ந்து, அனுபவித்து பாடலாக எழுதியுள்ளார்.

இந்நூலின் முத்தாய்ப்பாக நூலின் இறுதியில் “ஆடலும் பாடலும்” என மகிழ்ச்சியான வாழ்க்கை முறைக்கு எப்படி

ஆடிப்பாடி சந்தோசமான வாழ்க்கை வாழ வேண்டும் என்பதை குறிப்பிடுகிறார்.

உரைநடையாக நலக்குறிப்புகள் எழுதுவது மிகவும் எளிது. ஆனால் இந்த நூலில் கவிதைத் தொகுப்பாக, பள்ளி குழந்தைகள் கூட எளிதில் புரிந்து கொள்ளும் வண்ணம் எழுதியுள்ளது குழந்தைக் கவிஞர் அழ வள்ளியப்பாவை எனக்கு நினைவுபடுத்துகிறது.

கவிதை நடையில் ஆரோக்கியம் தரும் நல்வாழ்வு குறிப்புகளை, எளிய முறையில் அனைவரும் புரிந்து கொள்ளும் வண்ணம், எளிதாக கடைபிடிக்கும்படியும் ஆசிரியர் எழுதியுள்ளது மிகவும் சிறப்பாகும்.

நவீன வாழ்க்கை முறைக்கு அடிமையாகி, குளிர்சாதனப் பெட்டி, குளிரூட்டப்பட்ட அறை, துரித உணவுகள், வாகன பயணம் என அலைந்து கொண்டிருக்கும் இந்த நவீன உலகில் நமது பாரம்பரிய வாழ்க்கை முறையை நினைவுபடுத்தி “இப்படித்தான் வாழ்ந்து பாருங்களேன்” என நினைவூட்டிய ஆசிரியருக்கு வாழ்த்துக்கள் பல.

இதுபோல் கவிதை நடையில் மேலும் பல நல்வாழ்வு நூல்களை எழுத இறைவன் அருள்புரிய வேண்டுகிறேன்.

சித்த மருத்துவர் ஜெ. ஜெயவெங்கடேஷ்

என்னுரை

இலக்கியம் என்பது மனித வாழ்வின் இலக்கினை இயம்புவதாக அமைதல் வேண்டும். ஒரு மனிதன் எவ்வாறு வாழவேண்டும், அவன் தன் வாழ்வியல் முறை மூலம் இம்மனித சமூகத்தை கட்டமைப்பது எங்ஙனம்? இம்மனித சமூகம் எதிர்காலச் சந்ததியினர்க்கு எவ்வகையான வழிகாட்டு நெறிமுறைகளைக் காட்ட வேண்டும்? என்பன பற்றிய அக்கறையோடு இலக்கியம் திகழவேண்டும். அதன் அடிப்படையில் எழுந்ததே இந்த நூலாகும்.

நலம் என்பது உணவில் தொடங்கி உணர்வில் தொடர்ந்து உலகத்தில் நிலைத்தல் வேண்டும். உணவு, உடல், உள்ளம் இவை மூன்றும் ஒன்றோடொன்று நெருங்கிய தொடர்புடையன. உணவு நலமாகும்போது உடல்நலமாகும்; உடல் நலமாகும்போது உள்ளம் நலமாகும். எனவே இப்புத்தகதம் உணவு, உடல் மற்றும் உள்ளம் பற்றி மிகுந்த அக்கறையோடு பேசுகிறது. இப்புத்தகமானது நயம்பட உரைக்கப்பட வேண்டும் என்பதற்காக எளிய, சந்த நயத்துடன் கூடிய மரபுக்கவிதைகளில் படைக்கப்பட்டிருக்கின்றது. இந்தக் கவிதைத் தொகுதி இன்றைய சமூகத்தின் அவசரத் தேவை கருதி படைக்கப்பட்டுள்ளது. அப்படியென்ன அவசரத்தேவை நம் சமூகததிற்கு? அதை இங்கு நாம் காண்போம்.

மனிதன் நாகரீகமற்றவனாக காடுகளில் விலங்கோடு விலங்காக இயற்கையின் அங்கமாக பறவைகள பூச்சிகள் போல எளிய வாழ்க்கை வாழ்ந்தவரை அவனுக்கு எவ்வகைப் பிரச்சனையும் இல்லை. இயற்கைத்தாயின் மடியில் ஆனந்தக் குழந்தையாய் கவலையேதுமற்று, வரம்பு மீறி தேவைகள் ஏதுமின்றி அன்புமயமான வாழ்வினை வாழ்ந்து கொண்டிருந்தான். சிந்தனை அறிவின் மிகுதியால அவன் ஒரு சமூகமாக மாறி இயற்கை ஆபத்துகளிலிருந்து தன்னை பாதுகாத்துக்கொள்ள இயற்கைக்கும் தனக்கும் ஒரு மெல்லிய வேலியிட்டு வாழத்துவங்கினான்; சமைத்து உண்ணுதல், ஆடை உடுத்துதல், உறவுகளைக் கட்டமைத்தல், இல்லம் கட்டி வாழுதல் எனச் சற்றே விலங்குகளிடமிருந்து வேறுபட்டு வாழப் பழகினான். இதன் நீட்சியாக பின்னாளில் ஊர், நகரம், மாநகரம், சாதி, மதம், இனம், மொழி, நாடு, கலாச்சாரப் பண்பாடு எனக் கொஞ்சம் கொஞ்சமாக விரிந்து ஒரு பரந்துபட்ட வாழ்க்கை வாழத் தொடங்கினான். இந்த அமைப்பின் கீழ்தான் நான், எனது, என் என்ற தன்மைச் சிந்தனை தோன்றியது.

பசித்தால் உண்ண உணவும், தவித்தால் பருக நீரும், உறக்கம் வந்தால் ஏதோ ஒரு மரமோ, பாறையோ என தன்மைச் சிந்தனை ஏதுமற்று வாழ்ந்த மனித சமூகம். உலக மாந்தனாய் நான், எனது என்ற எண்ணம் அற்று இவ்வுலகம் எல்லோர்க்கும் பொது என்ற பரந்த சிந்தனையோடு வாழ்ந்தவன், தனக்கும், தன் கூட்டத்தார்க்கும் இன்றைக்கு வேண்டும்; நாளைக்கும் வேண்டும், வரும் காலம் முழுதிற்கும் வேண்டும் என்று பொருள் குவிக்க ஆரம்பித்தான். அங்கே பிரிவினைகள் தோன்றியது; எமக்கு என்பது இன்னும் சற்று சுருங்கி எனக்கு என வேரூன்றியது. இப்பொழுது போட்டி,

பொறாமை, கோபம், வெறுப்பு என்ற தீய எண்ணங்கள் தலையெடுக்கத் தொடங்கியது. பிறர் தேவைகள் பற்றிக் கவலையுறாது தனக்கெனவே வாழும் நிலைவந்ததால் பொருள் குவிப்புத் தோன்றியது. அன்புமயமாய்ச் சுழன்ற இவ்வுலகம் பொருள்மயமாய் சுழலத் தோன்றியது; இம்மனித வாழ்வின் முக்கிய நோக்கமே ‘பொருள் சேர்ப்பதே’ என்றானது.

இதன் விளைவாக வியாபாரம் தோன்றியது; கொடுக்கல், வாங்கல், இலாபம் நட்டம், பதுக்கல், கடன், வட்டி, வேலை, சம்பளம், உயர்வு, தாழ்வு என்பன போன்ற அனைத்துவகை தீய எண்ணங்களும் மனித சமூகத்தில் வேரூன்றியது. மனித வாழ்வின் பொருள் பொருளே என்றானது; மனிதம் செத்துப் போனது; மனிதம் தொலைத்த மனிதனாக இன்று நம் சமூகம் புரையோடிப்போனது. கிராமத்து மாந்தனாய் இயற்கையோடு இயைந்த வாழ்க்கையை வாழ்ந்தால் அவன் பாமரனென அழைக்கப்படுகிறான். எனவே யாருக்கும் கிராமத்து வாழ்க்கை பிடிக்கவில்லை; இயற்கை வாழ்வு பிடிக்கவில்லை; நகரத்து வாழ்க்கை – அதுவே மனிதன் வாழவேண்டிய நாகரீக வாழ்க்கை – என நினைத்து நம் முன்னோர்கள் நமக்கு வகுத்தளித்த பண்பாடு, கலாச்சாரம், சமூக மதிப்பீடுகள் அனைத்தையும் இழந்து இன்று ஒரு பொருளற்ற வாழ்க்கை வாழுகின்றோம்; நாகரீகம் என்னும் பெயரில் நஞ்சை அருந்துகிறோம்; உணவே மருந்தென்று வாழ்ந்த நம் தமிழ்ச் சமூகத்தில் நஞ்சே உணவென்று மாறிப்போனது. இது நம் வருங்காலத்திற்கு நாமே அடித்துக்கொள்கின்ற சாவுமணி ஆகும். உணவென்பது மருந்தை உண்பதே அதுவே நாகரீகம், நஞ்சை உண்பதல்ல என்பதை நாட்டிற்கு எடுத்துக் கூறுவதே இந்நூலின் தலையாய நோக்கம் ஆகும். எனவே இந்நூல் கலாச்சார ரீதியாக நம் முன்னோர் நமக்கு வகுத்தளித்த உணவு முறைகளையும், அதனால் ஏற்படும் உடல்நலத்தையும், உள்ளத்து நலத்தையும் வாழ்வியல் நெறிமுறைகளோடு விளக்குகிறது.

உணவும், கலாச்சாரமும் வேறு வேறானவை அல்ல. அவை ஒன்றுடன் ஒன்று உடன்பிறந்தவை. நம்முன்னோர் வகுத்தளித்த உணவு முறைகளைப் பின்பற்றும்போது அவர் நமக்களித்த கலாச்சாரத்தையும், பண்பாட்டையும் பின்பற்றுகிறோம். அதன் மூலம் நாம் ஒரு நோயற்ற சமுதாயத்தைப் படைக்கின்றோம் என்ப்தை இந்நூல் நமக்கு எடுத்துக்கூறுகிறது. இந்நூலைப் படைத்ததன்மூலம் இம்மனித சமுதாயத்தில் ஓர் அங்கமாகப் பிறந்த நான் இச்சமுதாயத்திற்கு நான் ஆற்ற வேண்டிய கடமையை ஆற்றியதாக மனநிறைவு கொள்கிறேன். இந்நூலைப் படிக்கின்ற ஒவ்வொருவரும் தன்னை எவ்வித நோயும் தாக்காதவாறு தற்காத்துக் கொள்ளுவதோடு தமிழ்க் கலாசசாரம், தமிழ்ப் பண்பாடு ஆகியவற்றையும் பேணிக்காப்பவராக மாறுவது திண்ணம். அதுவே இந்நூலின் நோக்கமும் ஆகும் என்பதை தமிழ் கூறும் நல்லுகம். ஏற்றுக் கொள்ளும் என்பதே எனது தாழ்மையான எண்ணமாகும்.

இந்நூலிற்கு இலக்கணத்திருத்தம் செய்த பெரும்புலவர் வேலாயுதனார் அவர்களை நன்றியோடு வணங்குகிறேன். இதனை அச்சாக்கி

அனைவரது கைகளிலும் ஆசை மகவெனத் தவழவிட்ட பதிப்பத்தாருக்கு எனது வாழ்த்துக்கள் என்றும் உரித்தாகுக.

இதில் படைத்த அனைத்துக் கருத்துக்களையும் நான் உணரும்படி என்னை வளர்த்தெடுத்த எனது தந்தை சங்கிலிச் செட்டியார் தயார் தவமணியம்மாள் ஆகியோரை நெஞ்சாரத் துதிக்கின்றேன். என் எழுத்துகள் ஒவ்வொன்றும் அவர்க்கே சமர்ப்பணம்.

முனைவர் ச. உதயகுமார்.

1. நலம்

நலமா? என்றதொரு நல்வினா
நானிலத்து அனைவரும் கேட்பதாகும்
உளமொரு உடலும் சேர்ந்தவாறு
ஒன்றாய் இருப்பதே நலமாகும்

வீட்டின் உட்புறத்தூய்மை பேணி
வெளிப்புறம் அழகுற நிலைப்படுத்தி
நாட்டின் தூய்மைக்கடிப்படை அதுவேயென்ற
நற்சிந்தனை விதைப்போம் வாருங்களேன்

குடிநீர்த் தூய்மை முதற்பேணல்
குளிர்காற்றுப் பேணல் அதற்கிணையாம்
அடிமுதல் நுனிவரை அனைத்தையுமே
அறிவுடன் பேணி ஆக்கம் செய்வோம்

உணவே மருந்தென்றுணர்ந்து கொண்டு
உண்ணுதல் உரமாய் ஆக்கிடுவோம்
கனவே உடல்நலம் என்பதையே
கைப்பொருளாக்கி நீடுவாழ்வோம்.

2. மாவுப்பொருள் தவிர்த்தல்

ருசிக்கு உண்பது விசமாகும் - அதில்
ரூபாய் அதிகம் செலவாகும் யாரும்
பசிக்கு உண்பதே நலமாகும் இந்தப்
பாடம் நன்றாக உணர்ந்து கொள்வோம்

மாவுப்பொருள் ருசி சிறப்பாகும் உண்போர்
மனதை மயக்கும் அதன்பாகம் - உயிரைக்
காவுகேட்கும் அதையுண்டால் எனவே
கனவிலும் அதைநீ நினைக்காதே

எண்ணெயில் விளைவதாம் மாப்பொருளே்
எல்லாம் கொழுப்பாய் மாறிடும் உடலினிலே
கண்ணின் நரம்பொடு அனைத்திலுமே
கட்டியாய் சேர்ந்திடும் அக்கொழுப்பே

மாப்பொருள் தவிர்த்தால் இதயமதை
மல்லிகைப் பூவாய் வைத்திடலாம்
தீப்பொருள் அதைப்போல் வேறில்லை
தீண்டிட வேண்டாம் அதையெந்நாளும்

3. முதலுணவு குடிநீர்

உணவே முதலாம் உயிர்வளர்க்க்
உயிரே முதலாம் உடல்நிலைக்க
தினமும் உடலைப் பேணுவதற்கு நல்ல
தெளிந்த நீரைப் பருகிடுவோம்

அதிகாலை விழித்துப் பல்துலக்கி
அடுத்துக் கடனைக் கழித்துவிட்டு
புதிதாய்ப் பிடித்தநீரைப் பருகிட
புத்துயிர் பெற்றிடும் நம்முடலும்;

நாளும் நீரைநன்கு பருகிட
நலமே நம்முடல் காண்பதுவாம்
தோலும் முகமும் பொலிவாகும்
தூய்மையாகும் குடலிரண்டும்

பழமென மலமும் நழுவிடுமே,
பளிச்செனச் சிறுநீர் பீய்ச்சிடுமே
உளமது மகிழ்ச்சியில் துள்ளிடுமே
உடலில் நோயெதும் வாராமல்

4. உணவின் அளவு

உலையில் சோறு கொதிப்பதற்கு
ஒன்றின் கீழ்மூன்றாய் அளவெடுத்து
அளவாய் நீரைநிரப்புதல்போல்
அளந்து உணவை உண்ணல்வேண்டும்

பசியோ டமர்க உணவின்முன்னே
பசிக்காய் உணவை உண்டபின்னே
பசியோ டெழுக நாள்தோறும் - இதுவே
பசியை ஆற்றும் முறையாகும்

பசிக்கும் வயிற்றில் நோயில்லை,
பந்தியில் அமர்ந்தே உண்டாலும்
பசியை முற்றாய்த் தீர்க்காதே
பாதிவயிறே உண்டிடுவாய்

பசியை என்றும் உணர்ந்திடுக
பசியே உடலின் முதலாளி
பசியைத் தினமும் போற்றிடுக
பசித்தே நோயை விரட்டிடுக

5. பச்சையாய்

பச்சை யென்றதமிழ்ச் சொல்லில்
பச்சை யென்பது உயிராகும்
பச்சை வண்ண உணவுதனை
பாங்குடன் உண்ண நலங்குன்றா

பச்சைக் காய்கறி பழங்களுடன்
பசுமை நிறைந்த கீரைகளும்
இச்சை கொண்டு தினந்தோறும்
இயன்றவரை உண்பது அறிவாகும்

உயிரை வளர்க்கும் பச்சைநிறம்
உணவில் தினமும் சேர்ப்பதனால்
உயிரைநோய்கள் நெருங்காதே
உடலும் என்றும் தேயாதே

இயற்கை நன்கொடை நமதுவாழ்க்கை
இயற்கை என்பது பசுமையாகும்
செயற்கை என்பது இயற்கைக்கெதிராம்
சேர்க்கலாகா ததனை இயற்கையுடன்

6. நாளொரு உணவு

திங்கட்கிழமை காலையிலே கூழினைநன்கு உண்டிடுக
திருப்தியென்று பகலினிலே புளிக்குழம்பினில் சோறினை உண்டிடுக
மங்களச் செவ்வாய் காலையிலே இட்லி மூன்றே போதுமாமே
மதியம் அன்று சாம்பார், ரசமொடு சோறுண்க்

புதன்காலை வெண்பொங்கல் சாம்பார்தானே
பொருத்தமாகும். அன்று மதியம் கீரைச்சோறழகாகும்
எதன்பொருட்டும் வியாழன்காலை இட்லி தவிர்க்க எண்ணாதே
ஏதாவதொரு பயிறுவகை கட்டுரசம் மதியம் ஏதுவாகும்

வெள்ளிகாலை விரதம் தொடங்கி துவரில்
விளங்கு பருப்பை நன்கு கடைந்து பச்சை
துள்ளும் காய்கறி நன்கு பொரித்துவிரதமுடிக்க
தூய்மையாகும் உடலொடு உள்ளமுந்தானே்

சனிக்கிழமை காலையிலே ரவையேஉணவாம்
சங்கடம் தீர்க்கும் கருணைக்கிழங்கே
அன்றுமதியமாகிடுமே்
இனிய ஞாயிறு காலைகளில் பொங்கல் மீண்டும் உண்டிடலாம்
ஏற்ற உணவு அன்றுமதியம் ஏதாவதொரு கீரையாகும்

கோதுமை உணவே இரவுகளில்எண்ணெய்தவிர்ததுக்
கொள்வோம் தோசையாய், சப்பாத்தியாய்
ஏதுவாய் மாலைநொறுக்கெனவே பயறுகள்
ஏதாவதொன்றுடன் பசும்பாலைப்பருகிடநலம்பயக்கும்

மோரில் கலந்த சோறுநிதம் மதியம்வேலை உண்டிடுக
முக்கால்வயிறே எப்போதும் பக்குவமாக உண்டிடுக
நீரைக்கடைசியாய் பருகிடுக - இவையாவும்
நீண்ட ஆயுள் ஆனந்தம் நிச்சயமாகத் தந்திடுமே

7. வேண்டாமை

கேக்கென்றும் ஸ்வீட்டென்றும் உண்ண வேண்டாம்
கேட்காமல் நோய்தனையே இழுக்க வேண்டாம்
கோக்கென்றும், ஸ்ப்ரைட் என்றும் அருந்தவேண்டாம்
கோக்கு மாக்காய் உடல்நலத்தை ஆக்க வேண்டாம்

புரோட்டாவும் பிராய்லரையும் திண்ண வேண்டாம்,
பொல்லாத வினைகளையே கூட்டவேண்டாம்
டால்ட்டாவை உணவினிலே சேர்க்க வேண்டாம்
டார்டாராய் உடல்நலத்தைக் கிழிக்க வேண்டாம்

வாரவாரம் இறைச்சினைதனில் மூழ்கவேண்டாம்
வம்பாக இதயநோயை அழைக்க வேண்டாம்
தோராயமாய் நாள்தோறும் முட்டையினை விழுங்க வேண்டாம்
தோற்றுப்போன வாழ்க்கையினைப் அடைய வேண்டாம்

எண்ணெயிலே குளிக்கின்ற எப்பொருளும் நமக்குவேண்டாம்
ஏதுங்கெட்ட வாழ்க்கையென்று இவ்வாழ்க்கை
மாறவேண்டாம்
மண்ணெனவே இருக்கின்ற கடைப்பொடிகளேதும் வேண்டாம்
மனிதவாழ்க்கை புனிதவாழ்க்கை என்பதை நீ மறக்க
வேண்டாம்

குர்குரேவும் ஃபைவ்ஸ்டாரும் சுவைக்க வேண்டாம்
குடலினிலே நார்களையே குவிக்கவேண்டாம்
சர்சர்ரென்று ஹோட்டலிலே சாப்பிட்டழிய வேண்டாம்
சமைப்பதையே எந்நாளும் இல்லத்திலே நிறுத்த
வேண்டாம்.

8. வேண்டும்

மருத்துவரைத் தேடாத வாழ்க்கை வேண்டும்
மாத்திரைகள் சேராத உணவு வேண்டும்
பொருத்தமான சத்துணவே என்றும் வேண்டும்
பொரிகடலை தினந்தோறும் திண்ணவேண்டும்

பட்டாணி, உப்புக்கடலை கொரிக்க வேண்டும்,
பக்குவமாய் கடலைமிட்டாய் சுவைக்கவேண்டும்
கட்டான உடலுக்கு இளநீரை அருந்தவேண்டும்
கருப்பட்டி கலந்து செய்து பிட்டுவேண்டும்.

பல்வரிசை நிலைத்திருக்கக் கரும்புதனைக் கடிக்கவேண்டும்
பசும்பால்தனையே தினந்ததோறும் அளவுடனே
பருகவேண்டும்
இல்லமெல்லாம் அதிரசத்தை இனிய வகை சுடுதல் வேண்டும்,
இதன்மூலம் நெஞ்சுரத்தை இமயமென ஏற்றவேண்டும்

தேன்கலந்த திணைமாவோ தினமும் வேண்டும்
தெவிட்டாத நல்முறுக்கு நாளும் வேண்டும்
ஊன்சிறக்க எள்ளுருண்டை எப்போதும் வேண்டும்
உடல்வலுக்க உயிர்நிலைக்க வேறெதுதான் வேண்டும்?

9. உடலலுக்க வேலை

ஆணென்றும், பெண்ணென்றும் வேறுபாடில்லை
        ஆனமட்டும் உடலலுக்க உழைத்திடல் வேண்டும்
ஆண்மக்கள் உடல்வேலை மறுப்பதனால்
        அதிகமானோர் இதநோய்க் காளாகின்றார்

உண்ணுகின்ற உணவெல்லாம் கொழுப்பெனவே
        உறைந்திடுதே நரம்புகளில் நாளங்களில்
பண்ணுகின்ற வேலையினால் அக்கொழுப்பும்
        பயன்பட்டு ஆற்றலென எரிந்திடுமே

வேலையினில் ஆண்வேலை, பெண்வேலை என்றவொரு
        வேறுபாடு வேண்டாமே, இதுவேறுவகைத் தீண்டாமை
ஆலையினில் கறும்பெனவே உடல்பிழிந்து
        அலுக்கும்வகை வேலைதனைச் செய்திடுங்கள்

உடலலுக்க உழைத்திடுதல் நன்றாம், என்றும்
        உடல்பெருக்க வைத்திடுதல் தீதாம் வாழை
மடல்போல உடல்வைத்தல் வெற்றி அங்கே
        மல்லிகையாய் மனம்மணக்கும் உடல்சிறக்கும்

இ.ஃ.துறுதி

10. உறங்குநிலை

அதிகாலைப் பொழுதில் படுக்கைவிட்டு
அழகாய் எழுதல் அறிவுடைமை
விதிதான் இதுவெண் றுணர்ந்திடுக்
விழித்தவுடனே பல்துலக்கு

மாலைப் பொழுதில் விளையாடி
மனத்தை, உடலைத் தூய்மைசெய்
வேளைவந்ததும் உணவு உண்டு
விரைந்து படுக்கை செல்வாயே

இரவில் அதிகம் விழிப்பதனால்
இதயம் சக்தி இழந்திடுமே
உறக்கம் வாராத் துன்பநிலை
உடல்நலத்தை நாளும் கெடுத்திடுமே

விலங்கொடு, பறவை யாவையுமே
விழித்து விடுமே கதிர்வரும் முன்னே
விளங்கிக் கொள்வாய் இதன்மூலம் இயற்கை
விதித்த விதியே இதுதானென்று

11. வீட்டைப் பெருக்குதல்

விடியுமுன் படுக்கை விட்டெழுதல் வேண்டும் உடன்
வீட்டைப் பெருக்கித் தூய்மைசெயல் வேண்டும்
துடிப்பாய் வாசலைக் கூட்டித் தெளித்துத்தினம்
தூயவெண்ணிறக் கோலங்களிட வேண்டும்

நீண்ட துடைப்பானைத் தூர எறிந்திடல்வேண்டும்
நேர்த்தியாய்க் குனிந்தே இல்லம் பெருக்கிடல்வேண்டும்
தூண்டத் தூண்ட எறிவது விளக்கே
தூய்மை செய்திடச்செய்திட இல்லம் ஆகுமே கிழக்கே

இல்லம் பெறுக்குதல் தூய்மைக்கு முதற்படி
இடுப்புக் கொழுப்பும் கரைந்திடும் அடுத்தபடி
வெள்ளம்போல் வியர்வையும் வெளியேறும்
வெள்ளை மல்லியாய் மலர்ந்திடும் மனமுமிங்கே

இல்லத்துவேலைகள் இருநோக்கம் கொண்டவை
இதயத்தைச் சீராக்கும் இல்லத்தை அழகாக்கும்
உள்ளத்து நோயெல்லாம் பறந்திடும் என்றும்
உயிரோடு உடலமும் சிறந்திடும்

12. கீரை சூப்

எங்கும் கிடைத்திடும் பச்சைக் கீரைகளாம்
எளிதாய் வளர்ந்திடும் அந்தக் கீரைகளாம் அதில்
பொங்கும் சத்துக்கள் உடல்நலத்தை
பொன்னெனப் பேணித்தான் காத்திடுமாம்

வெந்தபின் பருப்போடு கடைந்திடலாம் - சிலவகை
விவரமாய்ப் பொரித்தே உண்டிடலாம் யானைத்
தந்தமாய் உடலெங்கும் ஒளிவீசும்
தரையெங்கும் விளைந்திடும் கீரையுண்டால்

அகத்திக்கு உடல்வெப்பம் கட்டுப்படும்
அரைக்கீரை மலச்சிக்கல் தீர்த்துவிடும் உடலுக்குச்
சுகந்தந்து இரும்பாக்கும் முருங்கைக்கீரை
சோம்பலை நீக்கிடும் சர்க்கரை போக்கிடும்
பலவகையாகும்

சூப்பாக்கிச் சுவையாக அருந்திடலாம் - உடல்
சூட்டினைக் குறைத்தே சுகமாக வாழ்ந்திடலாம்
காப்பாற்ற மனிதரைக் கீரை உண்டு
களிப்புடன் வாழ்ந்திடு தினமொரு கீரை உண்டு

13. வெய்யில் காய்க!

எத்தனை வசதிகள் வந்தாலும்
என்னென்ன உயரங்கள் அடைந்தாலும்
நித்தமும் இயற்கை மறக்காதே
நிஜமான வாழ்க்கை வாழ்ந்திடுக

வெளிச்சம் காற்றைத் தடுக்காதே
வெய்யில் காய மறக்காதே
பளிச்சென் றுடலை மெருகாக்க,
பச்சைத் தண்ணீர்க்குளியல் வேண்டுமப்பா..

கதவு, ஜன்னல் அடைத்துவிட்டு
கதிரொளி தடுத்து இருளாக்கி – காற்றுப்
பதனி வைத்துக் குளிரச்செய்து
பாதிவாழ்க்கை வாழ்ந்திடலாமோ?

இருக்கும் காற்று, எதற்கதைத் தடுப்பது?
இயற்கை வெளிச்சம் ஏனதை மறைப்பது?
சுருக்கென்ற வெயில்தான் சூட்டின்தொடக்கம்
சூத்திரம் அறிந்து சுகமாய் வாழ்ந்திடுக;

14. வடித்த சோறு

மூக்கை நன்றாய் அடைத்துக் கொண்டால்
மூச்சு விடுதல் எங்ஙனமே? வாய்
நாக்கைக் கெட்டியாய்ப் பிடித்துக்கொண்டால்
நாமும் பேசுதல் எங்ஙனமே?

விரைந்து சமைத்திடல் வேண்டுமென்று
வீணில் நோயை இழுக்கின்றோம்
மறைந்து கிடைக்கும் பேருண்மை
மனதில் நாமும் எண்ணல் வேண்டும்

அரிசிவெந்து சோறாக, பாத்திரம்
அகன்ற வாய்கொண்டிருந்தல் வேண்டும்
சிரித்துக் கலகல வென்றிருப்பதுபோல்
சிறப்பாய் உலையோ கொதித்திடல் வேண்டும்

கொதித்த உலையின் ஆவியாவும்
கொதிக்கும்போது வெளிச்செல்லல் வேண்டும்
கொதித்ததன் பின்னே நன்கு வடித்துக்
கொட்டிடல் வேண்டும் பசியாற்ற

வடித்தே சோறினை உண்டிடுக
வரும்சர்க்கரை நோயைத் தடுத்திடுக
படித்தே நன்றாயிதை அறிந்திடுக
பக்குவ வாழ்க்கை வாழ்ந்திடுக

15. குக்கர்ச் சோறு

குக்கர்ச்சோ றென்றும் வேண்டாமே
குருதியின் அழுத்தம் கூடிடுமே
பக்கவிளைவுகள் உண்டாக்கும்
பாத்திரம் அதுவென் றறிந்திடுக

அழுத்தக் கலனில் சமைப்பதனால் இரத்த
அழுத்தம் நன்றாய்ச் சமைக்கிறது இரத்த
அழுத்தம் என்பது பெருங்குறையாம்
அடைப்புகள் இதயத்தில் உண்டாகும்

ஆவிபோகாச் சோற்றினிலே
அடங்கிக் கிடக்கும் குளுகோசும்
நாவால் அதையே உண்ணுகையில்
நன்றாய்க் கொழுப்பாய் அதுமாறும்

கொழுப்பு கூடஅடைப்பும் கூடும்
கூடிய அடைப்பால் இதயம்சாகும்
சலிப்பு நீங்கிமகிழ்வாய் வாழ
சர்க்கரை நீக்கு; குக்கரைப் போக்கு

16. எண்ணெய்க் குளியல்

எண்ணெய்க் குளியல் பாரம்பர்ய
இயற்கைக் குளியல் என்பதுவே
கண்ணை முடியை உயிர்ப்புடனே
காத்துநிற்கும் எண்ணெய்க் குளியல்

வாரம் இருமுறை எண்ணெய்க்குளியல்
வழக்க மென்றே கொண்டிடுகி உடம்பின்
ஓரஞ்சார நரம்புகளெல்லாம்
ஒழுங்காய்ச் செயல்படத் துணைபுரியும்

எள்ளில் வடித்த நல்லெண்ணெய்
என்றும் ஏற்றதாம் உடம்பினுக்கே:
உள்ளங்கால் முதல் உச்சந்தலைவரை
ஒன்றாய் நன்றாய் அப்பிடுகி

தோலிற் சுருக்கமென்றும் விழா
தொலைந்தே போகும் உடற்சூடு
நாளும் வாழ்க்கை இனித்திடவே
நல்லெண்ணெய் காய்ச்சிக் குளித்துவிடு

17. Shampoo தவிர்

‘சாம்ப்பூக் குளியல் தவிர்த்திடுக
சகலமும் பாதிக்கும் உணர்ந்திடுக
வேம்பு, எலுமிச்சை பயன்படுத்த
வேண்டும் நன்மைகள் கிடைத்திடுமே

வேதிப்பொருள்கள் தாக்குதலால்
வேர்வரை முடியும் வெந்துவிடும்
பாதிநரம்புகள் கண்முதலாய்
பார்வை வரையிலும் பறிபோகும்

தலைமுடி வீணாய்க் கழிவதுடன் சூட்டில்
தகித்தே நரைத்துப் பூத்துவிடும்
விலைமதிப்பே இல்லாத் தலைமுடியை
வீணில் இழத்தல் நலமாமோ?

குளியல் தத்துவம் குளிர்வித்தல் - ‘சாம்ப்பூக்
குளியல் என்பது சூடேற்றல்
குழியில் வீழ்ந்திட வேண்டாமே
குளிக்க ‘சாம்ப்பூ பயன்படுத்தி

18. மஞ்சள் பூசு

ஆண்டவன் கருணை அடையாளம்
அழகு ஜொலிக்கும் நம்முகமே
தாண்டவ மாடிடும் அவ்வழகை
தங்கமாய்ப் பேணிக் காத்திடுவோம்

மஞ்சள் கிழங்கை நன்கரைத்து
மணக்க, மணக்க முகம்பூசு
அஞ்சிடும் எவ்வகைக் கிருமிகளும்
அண்டியே நம்மைத் தாக்குதற்கு

மருக்கள், புள்ளிகள் படைகளுமே
மங்கள முகத்தின் சீர்கெடுக்கும்
பருக்கள் கொப்புளம் போன்றவையும்
பருவவயதில் முகந் தோன்றும்

எவ்வகைக் குறைதான் ஏற்பட்டாலும்
ஏற்றமருந்து மஞ்ச ளொன்றே
அவ்வைபாட்டி காலம் முதல்
அழகுமஞ்சள் நம் தோழி

19. அம்மியில் அரை

அம்மியில் அரைக்கத் தயங்காதே,
அறுசுவை உணவை இழக்காதே
அம்மா சமையல் கைவண்ணம்
அம்மியில் இருக்கு, மறக்காதே

மஞ்சள், மல்லி, வத்தலுடன்
மணக்கும் சோம்பு, கசகசாவும்
இஞ்சி தேங்காய் சேர்த்துக்கொண்டு
இசையுடன் அரைக்கச் சுவைபொங்கும்

இழுத்து அரைப்பதோ உடற்பயிற்சி
இடுப்பும், வயிறும் இலைபோல் மெலியும்
கழுத்து வலியா, கால்கள் முடங்கா
கைகள் எ.்.காய் உறுதியாகும்

கல்லில் இருக்கு காந்த அலைகள்
கரைந்தே அவையும் உணவில் சேரும்
உள்ளில் இருக்கும் உண்மை உணர்ந்தால்
ஒழுங்காய் எவையும் அம்மியில் அரைப்பாய்

20. பாக்கெட் மசாலா பாழ்

பாக்கெட் பொடிகளை உணவிலென்றும்
        பயன் படுத்திட வேண்டாமே வாழ்க்கை
ராக்கெட் வேகத்தில் செல்வதனால்
        ரசனை இழந்து தவிக்கின்றோம்

என்ன கலந்து, என்ன செய்து
        எப்படி வருகுதோ இப்பொடிகள்?
சொன்ன விலைக்கு வாங்குகின்றோம் - அதன்
        சூட்சுமம் ஏதும் அறியாமல்

எல்லாப் பொடிகளும் ஓர்நிறமாய்
        இருப்பதை நாமும் காண்கின்றோம்
செல்லாப்பொருட்கள் அத்தனையும்
        சேர்ந்தே அவைகள் உருவாகும்

சுத்தம் என்பது இருப்பதில்லை,
        சோதனைபோட யாருமில்லை
சத்தமாய் நானும் பறைகின்றேன்
        சத்திலாப் பொடிகளை எறிந்திடுக.

21. பிராய்லர் பிசாசு

கண்ணில் தெரியும் எமனிங்கே
கறிக்கோழி என்றால் மிகையாகா
பெண்பிள்ளைகள் உடலை முறையற்றுப்
பெருக்கவைக்கும் பிராய்லர்தாமே

சின்ன வயதில் பூப்படைதல்
சிற்றிடை உருளை ஆக்கிடுதல்
எண்ணெய் மூழ்கிப் பொரிவதனால்
எளிதாய் நோய்கள் வரவழைக்கும்

கழிவுகள் நடுவே வளர்பவையாம்
கழிவை உணவாய்த் திண்றிடுமாம்
அழிவுறு வேதி மருந்துகளால்
அவசர வளர்ச்சி காண்பவையாம்

நிற்கக்கூடச் சத்தில்லை
நிறுத்தி அறுத்தால் அழவும் இயலவில்லை
கற்றவர் கூட உணரவில்லை
காலன் தூதவன் கறிக்கோழி

22. எண்ணெய் வறுவல்

எண்ணெய் என்றொரு நயமிகுபொருள்
என்றும் தாலிக்கப் பயன்படுமே
எண்ணெய் என்பது உடல்தேய்க்க
எண்ணெய் என்பது பொரிக்கவன்று

இயற்கை விளைவே இனிதாகும்
எண்ணெய்ப் பொரியல் பிணியாகும்
செயற்கை உணவுகள் அனைத்தையுமே
சிவக்க எண்ணெயில் பொரிக்கின்றோம்

பொரித்த உணவு சத்திழக்கும்
புதிதாய்க் கொழுப்பும் அதில்சேரும்
செரித்தல் கடினம் ஆகிடுமே பின்
சிரித்தல் வாழ்வில் அரிதாகும்

சுவைக்காய் எண்ணெயில் பொரிக்கின்றோம்
சுத்தமாய்த் தாதும் அழிக்கின்றோம்
இவையே இதயம் பாழ்ப்படுத்தும்,
எண்ணெய் வறுவல் எதிர்த்திடுக.

23. (Refined) பதப்படுத்தப்பட்ட எண்ணெய்

எள்ளில் வருவது நல்லெண்ணெய்
இயற்கைத் தேங்காய்தருவது பூசெண்ணெய்
கல்லுக்காட்டுக் கடலைதருவது
கடலை எண்ணெய் ஆகிடுமே:

ஆமணக்கு தருவதெல்லாம் விளக்கெண்ணெய்
அவ்வப்போது மருந்துக்காக வேப்ப எண்ணெய்
பூமணக்கும் வாழ்க்கைக்கிவைதான் போதுமன்றோ்
புவியிணில் மகிழ்வாய் நாமும் வாழ்ந்திடவே.

சூரியகாந்தி எண்ணெய் என்று சொல்லுகின்றார்,
சூத்திரம் கொண்டு பதப்படுத்தித் தருவோ மென்கிறார்
அரியவகையாம் ஆலிவ் என்று பிதற்றுகின்றார்
ஆகமொத்தம் தாரைக்கலந்து எண்ணெய் என்கிறார்

கண்ணில் தெரிந்த தூயஎண்ணெய் தவறு என்கிறார்
கடலை எண்ணெயைக் கொழுப்பு தவிர்க்க் வென்கிறார்
மண்ணில் விளைந்த நல்ல எண்ணெய் நாமும் உண்ணுவோம்
மற்றதெரியா எண்ணெயை ஒதுக்கித் தள்ளுவோம்;

24. பாக்கெட் மாவு

சோம்பல் தனத்தின் அடையாளமேபாக்கெட் பொருட்கள்
சுத்தமென்றால் என்னவிலையென்று கேட்குமவைகள்
ஆம்பல்மலர்போல் அழுக்கே இல்லாவாழ்க்கை வாழனும்
அதற்குநாமே பாக்கெட்மாவை ஒதுக்கித் தள்ளனும்

எல்லாமாவும் இல்லத்திலேயே தயார்செய்யனும்
இதயத்திற்கவைதான் நன்மையென்று
உணர்ந்துகொள்ளனும்
தொல்லை இல்லா வாழ்க்கைவாழ முயற்சிசெய்யனும்
தூய உணவைத் தயாரிக்க உள்ளம் பழகனும்

கம்பு, கேப்பை சோளமென்றே வாங்கிக் கொள்ளனும்
காயவைத்து அவற்றைமாவாய் அரைத்துக்கொள்ளனும்
வம்பே இல்லாச் சப்பாத்திக்குச் சம்பாக் கோதுமை
வழக்கமாக அரைத்து மாவாய் ஆக்கிக்கொள்ளனும்

ஈரஇட்லி மாவுஎன்றே விற்பனை நடக்குதுங்க
என்னகலந்து பாக்கெட் போடுறான் ஒன்னும் புரியலிங்க
ஊறவைத்து அரிசி நன்றாய் ஆட்டிக்கொள்ளுங்க
உளுந்து வெந்தயம் கலந்துவிட்டால் உடலுக்கு
வலிமைங்க

துடிப்பாய் எழுந்தே தினமும் நாம் வேலை செய்யணும்
தூய்மை காத்தால் உடலை நாமே
காத்துக்கொள்ளலாம்
படிப்பாய் இதைநாம் ஏற்றுக் கொள்ள பழகிக்கொள்ளனும்
பாக்கெட் மாவே வேண்டாமென்று கற்றுக்கொள்ளனும்

25. Bakery Snacks (கடைத்தீணி)

பேக்கரி என்றசொல்லைக் கேட்டால் நாக்கு இனிக்குதுங்க
பேதைமை இதைவிட ஏதுமுண்டா நீங்கசொல்லுங்க
சாக்கரின் கலந்த இனிப்புவகைகள் உடலைக் கெடுக்குதுங்க
சர்க்கரை வெள்ளை உடம்பைச் சொல்லை ஆக்குதுங்க

கேக்கும், இனிப்பும் என்றும் வெள்ளைச் சர்க்கரை தானுங்க,
கேட்கவோ வேண்டும் காரவகைகள் கெட்ட
எண்ணெய்ங்க?
பாக்கு, வெற்றிலை போட்ட நாட்டில் நாளும் பாருங்க
பட்டர் பண்ணுங்க வயிற்றை எதுவும் பண்ணுமுங்க

குர்குரே போன்ற பிளாஸ்டிக் உணவுகள் டலைக்கெடுக்குதுங்க
குருடாயில் கலந்த உணவே எல்லா பேக்கரியை
நிறைக்குதுங்க
மொர்ரென்றிருக்கும் சிப்ஸ்களெல்லாம் ரொம்பப்பழசுங்க,
மூடிவைத்துச்சூடுசெய்து பப்ஸ்கள் இருக்குதுங்க்

மாவுப்பொருளாம் மிக்சர், சேவு வயிற்றைத் தாக்குதுங்க
மறுபடி, மறுபடி ஒரேயெண்ணெயில் காரம் வேகுதுங்க
காவுகேட்கும் பேக்கரித்தீணி நமக்கு வேண்டாங்க
காலங்காலமாய் முத்தோர்சொல் கேளுங்க.

26. பாட்டில் குடிநீர்ஒழி

குவளைத் தண்ணீர் குடித்த நம்நிலையைப் பாருங்க
குட்டை, குளமென்று நீந்திச்சுகித்த தெங்கே போச்சுங்க
கவலையில்லா வாழ்க்கைவாழ நல்லதண்ணீர் குடியுங்க
கருத்தே இதுதான் பாக்கெட் குடிநீர் தூக்கியெரியுங்க

பிடித்த தென்றோ அடைத்ததென்றோ ஒன்றும்தெரியாது
பிடித்ததண்ணீர் தூயதுதானா அதுவும் புரியாது
படித்ததெல்லாம் பாழாய்ப்போச்சு தண்ணீர் விசயத்தில்
பாக்கெட் தண்ணீர் குடிப்பதிங்கே கௌரவம் ஆனது

பிளாஸ்டிக் பாட்டில் தண்ணீர்கெடுக்கும் வேதிப்பொருளாகும்
பிறவேதி யணுக்கள் தண்ணீர்த்தாதைத் தாக்கியழிக்கும்
இலாஸ்டிக்போல கடினநீராய் மாறிப்போகுமே
எல்லா நோய்க்கும் தண்ணீர்தானே அடிப்படையாகுமே

கிணற்றுநீரை நன்றாய் மொண்டு குடிக்கலாகுமே
கிடைக்கும் ஊற்றுநீர் எதுவென்றாலும் குடிக்கலாகுமே
மணற்கேணி தருவதிங்கே நல்லகுடி நீராகுமே
மறக்க வேண்டாம் பாட்டில் நீரை முற்றாய் ஒழிக்கவே.

27. பசும்பால் பருகு

அன்பைக் கலந்து அமுதம்படைப்பவள் நம் அருமைத்தாயாம்
அதற்குச் சற்றும் குறைவே இல்லா
தெய்வம்நம்பசுவோயாம்
என்பைக் கரைத்து தன்னைக் குறைத்து பாலைப்புகட்டுவாள்
நம்தாயாம்,
எல்லாச் சத்தும் ஒன்றாய்க் கலந்து பாலாய்த்தருவது
நம்பசுவேயாம்

மனித இனத்தின் இரண்டாம்தாயாம் நம் வெள்ளைப் பசுவாம்;
மங்களம் விளங்க மானுடம் தழைக்க என்றும்
உழைப்பதும் பசுவேயாம்
புனிதக் கடவுள் மனிதப்பிறப்பு நம்மாதா பசுவேயாகும்
புட்டிப்பாலென உடலை வளர்த்திடும் நம் பசுவேயாம்

தாதுச்சத்து, புரதச்சத்து எல்லாம் கொண்டதுவே
தங்கம்போல உடலில்வலிமை சேர்க்கச்செய்வதுவே
ஏதுவான நல்லகொழுப்பை இயல்பாய்க் கொண்டது.
எங்கள் வீட்டுப்பசுக்கள் தருகின்ற பாலில் உள்ளது

தேன்கலந்த பாலை நன்றாய் நாமும் பருகலாம்
தெவிட்டிடா அதைநன்றாய்க் காய்ச்சிக் குடிக்கையிலே
ஏன்கலக்க வேண்டும் பாலில் பூஸ்டும், ஹார்லிக்ஸும்
ஏதும் உண்டோ பாலைவிஞ்சும் முழுமையுணவே?.

28. இலையில் உண்க

பண்டைத்தமிழன் பகுத்தறிவாளன் அறிந்து கொள்வாய்
பக்குவமான உணவுமுறைகள் பாருக்கீந்தவன்
மண்டைச்சுரப்பின் அமுதம் கொண்டு மனிதம் காத்தவன்
மக்கள் வாழ மறைகள் தந்து உலகம்சொன்னவன்

வீட்டுத்தோட்டம் வளர்த்து நல்வாழ்க்கை வாழ்ந்தவன் அதில்
விளைந்த காய்கறி உண்டு உடல்நலத்தைப்
பார்த்தவன்
வீட்டில் சமைத்த உணவையென்றும் இலையில் உண்ணவே
வீட்டிலென்றும் வாழைக்கன்று நட்டுவளர்த்தவன்

வாழை இலையின் மருத்துவகுணங்கள் உணவில் சேரவே
வளமும் நலமும் உடலில் சேரும் நன்றாய் உணர்கவே
வாழைத்தண்டும் பூவும், காயும் கனியோ டெல்லாமே
வாழ்வதற்கு ஏற்றமருந்தாம் தமிழன் உணவிதுவே

இலையில் உண்டு மருத்துவமெல்லாம் பச்சையமாகவே
இலையில் உண்ணும் இரகசியமெல்லாம்
இதுதானறிகவே
இலையில் உண்டு இதயம் காத்து இனிதேவாழ்கவே
இதை நீ கற்றால் இன்பமெல்லாம் உனதேயாகுமே;

29. மண்பானைச் சமையல்

ஆவிபோகச் சமைப்பதனால் ஆயுள் நீளுமே
ஆன்றோர் சொன்ன உண்மையெல்லாம் காற்றில்
போனதே
பாவமிந்த மக்கள் நவ நாகரீகம் வேண்டியே
பண்பட்ட மண்பானைச் சமையல் மறந்தே போயினர் ;

பக்குவமாய் மண்பாணை அடுப்பில் வைக்கனும்
பதார்த்தங்கள் வேகுதற்குப் பொறுமை காக்கனும்
சுக்குநூறாய் உடைந்துவிடும் மண்பானையே
சும்மாவேறு கவனம் கொண்டு சமையல் செய்கையில்

ஆயிரம் கண்கள்கொண்டு வெப்பம்போக்கிடும்
ஆனமட்டும் உணவைநன்கே பாதுகாத்திடும்
பாயிரங்கள் நிறையவுண்டு மண்பானைச்சமையலில்
பார்த்துப் பார்த்துச் சமைத்திடுக உடல்நலம்காக்கவே

மண்ணில் விளைந்த காய்கறியின் சுவை கொணரவே
மண்ணில் விளைந்த பாணையால்தான் என்றும்
முடியுமே
மண்பானை யென்பதொரு மந்திரப்பானை
மனிதஇனம் கண்டுபிடித்த முதல் அறிவியல் பானை

30. துவைத்து உடுத்து

துவைத்த லென்பது அழுக்குநீக்கும் புனிதப்பணியாகும்
தூயஉடையே உடுத்த இதுவே நல்வழியாகும்
அவையில் நம்மை மணக்கச்செய்வது உடையேயாகும்
அவைகள் தூய்மையாய் என்றும் இருப்பது நலமாகும்

எந்திரத் துவையல் என்றும் அழுக்கை போக்கச் செய்யாது
எந்தப்பொடியும் வேதிப்பொருளாம் உடையைக் காக்காது
மந்திரத்தில் மாங்காய் காய்ப்பது உண்மை ஆகாது
மனிதா உணர்க, துவைத்தாலன்றித் தூய்மை ஆகாது.

நீரில் உடையை ஊறவைத்து நேரம் காத்திடுக
நேர்த்தியாய்ச் சோப்புபோட்டு நுரைவரக் கும்மிடுக
சேரில்பட்ட அழுக்கும்கூட முற்றாய்ப் போகிடுமே
சிறிதுநேரம் பொறுமைகாத்து நன்றாய் அலசிடவே

மூன்று நான்கு முறைகள் நன்றாய் அலசி எடுக்கவே
முகில் கிழித்த நிலவைப்போல உடைகள் ஜொலிக்குமே
தோன்றும் அழகுமேலும் நன்றாய்க் கூட்டிக்காட்டவே
துணிகளினைத்தும் நன்றாய்த் தேய்த்து உடுத்திகொள்கவே.

துவைத்தல் நன்றாய் வியர்க்கவைக்கும் உடற்பயிற்சியாம்
துவைத்த லென்றும் தொப்பைகுறைக்கும் அழகுபயிற்சியாம்
துவைத்தல்தானே பொறுமைகூட்டும் மனப்பயிற்சியாம்
துவைத்தலென்பது தூய்மை மற்றும் அழகின் தாய்மையாம்

31. ∴ப்ரிட்ஜ் (Fridge) என்னும் உயிர்க்கொள்ளி

வீட்டிற்குள்ளே நின்றவாறிருக்கும் தவணைச்சுடுகாடு
வீட்டைதினமும் கொளுத்திப் போடும் குளிர்பதனி
நாட்டிலிதைக் கேட்பதற்கு யாருமில்லையே
நன்மை இதுவென்று சொல்லும் நபரைத்
தடுக்கவில்லையே

நன்றாய்ச் சமைத்த அற்புதஉணவை ∴பிரிட்ஜில்வைக்கிறோம்
நல்ல உணவைக் கெட்டதாக்கி நாமும் உண்கிறோம்
என்றோ சமைத்த உணவையெல்லாம் இன்று உண்கிறோம்
இதுசரியோ, முறையோ சத்தியமாய் நன்குயோசிப்பீர்

செடியில் உயிர்த்த காய்கறிக்கிதுவே சவப்பெட்டியாகுங்க
சாகவைத்தபின்னே உண்டால் சத்தும் ஏதுங்க?
நொடியாய் நொடியாய் நோயும்நம்மை அணுகும்பாருங்க
நோகவைத்தே உணவை உண்ணுதல்
என்னநியாயமுங்க?

மிச்சமான உணவுக்கெல்லாம் புகலிடம் ∴பிரிட்ஜீங்க
மிகவும் விரைத்துப் பிணமாய்க்கிடக்கும்
உணவுதானுங்க
துச்சமாக வாழ்வை நினைத்தால் பிரிட்ஜில் புழங்குங்க
தூயவாழ்க்கை வேண்டுமென்றால் ∴பிரிட்ஜை ஒழியுங்க

32. ஓட்டல் உணவு

பழங்காலக் கலப்புக் கடையை ஓட்டல் என்கிறோம்
பலவகையாய் உணவிற்கும் நல்ல் ஓட்டல் தானுங்க
உளம்விரும்பி ஒருநாளில் உண்ணச் செல்கிறோம்
உயர்தரமாய் உணவிருக்கும் அந்த நாளிலே

வியாபார தருமெல்லாம் அர்த்தம்மாறுது
விரும்புகின்ற லாபம்பார்க்கப் பாதைமாறுது
தயாகுணம் ஏதுமற்று ருசியைச் சேர்க்குது
தற்காலிகச் சுவைக்காக தப்புப்பண்ணுது

நலங்கொடுக்கும் வேதியற்ற உணவு இல்லையே
நாட்பட்ட உணவுஇங்கே திரும்பவருகுது
விளம்பரத்தை நம்பித்தானே கூட்டம்போகுது
வீணென்று தெரிந்திருந்தும் பணத்தை இழக்குது

எந்தஉணவும் வீட்டில்போலச் சுத்தம் இல்லையே
ஏற்றஉணவு எதுவும் இப்போ விற்பதில்லையே
சொந்தமாகச் சமைத்து உண்ண நேரமில்லையே
சோம்பல்தானே அத்தனைக்கும் ரொம்பத்தொல்லையே

33. தொலைக்காட்சித் தொல்லை

தொலைக்காட்சி பார்த்துப்பார்த்துத் துவண்டுவிட்டோமே
தொல்லைகளை மேலும் மேலும் கூட்டிக்கொண்டோமே
விலைகொடுத்து வேதனை வாங்குதல் இதுதான்றோ
விரைவாய் இதைநாம் புரிந்துகொண்டால் நலமேயன்றோ?

காட்சிபார்த்துக் கண்ணைக் கெடுத்தல் தேவைதானா?
கண்ணீர்சிந்தும் நீண்டதொடர்கள் வீட்டை அழிக்காதா?
மாட்சிகெடுத்து மானம் போக்கும் சினிமாக்காட்சிகள்
மனதைமயக்கி மதியைக் கெடுக்கும்
பயங்கரத்தொல்லை

குடும்பத்தோடு அமாந்து பார்க்க ஒன்றுமில்லையே
கொலையும் அழுகையும் குடும்பம் கண்டால்
என்னஆவது?
நெடுந்தொடர் நடனக்காட்சிகள் வெறியைப்புகட்டுது
நேசம், பாசம் எல்லாமிங்கே மோசம் ஆகுது

விளம்பரப் பொய்யை நம்பிப் புத்திமழுங்குது
விளக்கிச் சொல்ல நடிகர் கூட்டம் சுத்திவருகுது
நலமே கொண்ட கலாச்சாரம் நாசம் ஆனது
நாடும் வீடும் டிவியாலே கெட்டுப்போனது.

34. தினமும் வாசல் தெளி

வாசல் பெருக்கித் தண்ணீர் நன்றாயத்தெளித்திடு
வளரும் வீட்டிற் கென்றும் அதுவே அடையாளமாம்
தோசம் இல்லை துக்கம் இல்லை நீயும் புரிந்திடு
தூய்மை வீட்டிற்கதுவே தானே சின்னமாகுமே

கோலமிட்டு அழகுகூட்டுதல் தமிழர்வழக்கமே
குனிந்து வளையும் உடற்பயிற்சிதானே அதிலே இருக்குமே
ஞாலத்திற்கே அன்னதானம் தமிழன் சொன்னானடா
நியாயப்படி எறும்புக்கும் கூடப் பகிர்ந்துததந்தானடா

மூளை, கைகள் இணைந்து வரையும் கோலங்கள்
மூளைக்கான சிந்தனைப் பயிற்சி அவைதாம்மறவாதே
நாளை உலகில் நன்றாய்வாழச்சிந்தனை வேண்டுமே
நல்லபயிற்சி அதற்குத்தருவது கோலம் வரைதல்தானே

தூய்மைப்பாடம் உலகிற்கீந்தவன் தமிழன்தானன்றோ?
தூய்மையொன்றே நல்லவாழ்க்கைக் காதாரமே
வாய்மை வேண்டும் மனதிற் கென்பது வள்ளுவன்வாக்கு
வளமாய் வாழத்தூய்மை வேண்டும் இதுதமிழன்வாக்கு.

35. தினமும் இருமுறை இல்லம்பெருக்கு

வெள்ளென எழுந்து பெருக்கிடு இல்லம்
வேலையென் றுனக்கு வேறெதும் வேண்டாம்
சுள்ளென அடிக்கும் வெயிலை உள்விடு
சுக்கெனக் காயும் சிற்சிறு கிருமி

காற்றிடை வெளியினில் எங்கும் தூசு
கலந்திடும் நுழைந்திடும் அதுநம் மூச்சு
ஆற்றிடும் தூசி நுரையீரலைப் பூசிடும்
ஆஸ்துமா என்பது அதுவன்று வேறெது?

இருமலும் சளியும் இதன்விளைவாகும்
இதயம் அடைத்து மாரடைப்பு தாக்கும்
சருமமும் இதனால் சத்தினை இழக்கும்
சடுதியில் சாவும் உடல்வந்து நெருக்கும்

தூசிதான் இதுவென்று ஒதுக்கிடல் ஆகா
துடைப்பம் எடுத்து இருமுறை பெருக்கு
நாசி, வாய்வழி தூசியை விடாதே
நாளும் காலை, மாலை இல்லம் பெருக்கு

36. பழையது உண்ணேல்

பழையது உண்ணச் சோம்பலே காரணம்
பசியைப் போக்கத் தூயதாய் உண்க
அளவுடன் சமைத்து அழகுற உண்பாய்
ஆற்றலைப் பெருக்கிட அதுவே போதும்

ஆசைக்குழம்பு எதுவே ஆயினும்
அருந்துதல் நன்றாம் ஒருமுறைமட்டும்
தோசை கறியுடன் உண்ணுதல் இன்பம்
தொட்டால் மறுமுறை தொல்லைகள் தருமே

பிடித்த குழம்பென்று மறுநாளும் உண்ணுதல்
பேதைமை யாகும், பெருந்தொல்லை யாகும்
அடித்த கோழியை அன்றே உண்க
அதுவே உண்ணும் முறையென்றாகும்

பச்சையாய் இருந்தால் உயிருடன் இருக்கும்
பக்கத்தில் கூட கிருமிகள் நெருங்கா
மிச்சமென்ன இருக்கும் வெந்ததன் பின்னே?
மிச்சப்படுத்த நோய்தானே கிடைக்கும்?

37. பழைய சோறுண்க

அமுதமென்றொரு தமிழ்ச்சொல் உண்டு
அழகிய சொல்லொன்று அதுபோல் இல்லை
அமுதம் கேட்டவர் அதைக் கண்டிட மாட்டார்
அமுதமென்றால் தேவரின் உணவாம்

அமுதம் புவியில்அனுதினம் உண்டு
அமுதம் படைத்திடும் நம்அன்னையர் கரங்கள்
அமுதம் உண்ண இளையோர் அறியார்
அமுதம் அறிந்தால் அதைவிட மாட்டார்

வடித்த அரிசிக் கஞ்சியைத் தனியே வைக்க
வளமிகு கஞ்சியில் கலந்திடு மீதச்சோறு
தடித்திடும் சோறு ஊறுவதாலே பின்னே
தவழ்ந்திடும் அதிலே தாதும்,

குடற்புண் ஆறும் மலச்சிக்கல் தீரும்
கூட்டின் சூடும்தணியும் சுண்டப் பசிக்கும்
உடற்பொரி மறையும் நாவறட்சி தொலையும்
உயிருக்கிதமாம் அமுதென்றப் பழங்கஞ்சியாகும்.

38. புளித்தநீர் அருந்து (நீராகாரம்)

புண்ணியம் புரிந்தோர்க்குப் புளித்தநீர் வாய்க்கும்
        புளிக்க வைத்தல் புகல்கிறேன் புரிந்தே கொள்க
மண்ணிலே மகிழ்வாய் வாழ்தல் இயல்பே – தமிழ்
        மாந்தர் வழக்கம் மறவா நடந்தால்

வெந்தசோற்றினை வடித்து நீரைப்பிரிக்க – அவ்
        வெண்ணிறத் தண்ணீர் வெப்பம் தணிக்க;
அந்தநீருடன் ஆறின சோற்றைச் சேர்க்க
        அன்றிரவு முழுதும் தனியே வைக்க;

காலை எழுந்ததும் நீரினைவடிக்க
        கல்லுப் பளவாய்க் கலந்தே ஆற்றுக
நாளைக் குளுமையாய் நாளும் களித்திட
        நன்றே பருகுக வெற்று வயிற்றில் தினமும்

இரத்தவிருத்தி, நாளம் தூண்டுதல்
        இராத்திரி முழுதும் அமைதித்தூக்கம்
சுத்தமாகச் சிறுநீர்போக்கி மலமும் கழிந்து
        சுத்தவாழ்வை நித்தம் தருமே; புளித்தநீரும்.

39. இரவில் களி உண்க.

களியென்ற சொல்லுக்குப் பொருள் இன்பம்
களியென்ற உணவு தருவது இன்பம்
கழித்திடக் கூடா அற்புத உணவு அந்தக்
களியினை உண்க நாளும் இரவில்

கேப்பை, கம்பு, சோளம் மாவுகொண்டு
கேட்கும் வகையினில் களி கிண்டிடலாம்
ஏப்பம் வரும்வரை அதைநன்கு உண்டிட
ஏறும்உடல் பலம் எருதைப் போலே

நீரினில் வெந்திடும், எண்ணெய் மறுத்திடும்
நீட்டியமர்ந்து கவைகொண்டிறுக்கிட
கீறித் துடுப்பினில் கிழறிக் கிண்டிட
கிட்டிடும் களியாம் தேவ அமிர்தம்போலே

சர்க்கரை ஏறா, கொழுப்பும் சேரா
சடுதியில் உண்டிடப் பசியும் தீர்ந்திடும்
வர்க்கமே நோயற்று வளமுடன் வாழ்ந்திட
வழக்கமாய் உண்டிடு இரவினில் களியினை

40. தயிர் சேர்

கெட்டித் தயிருண்ணல் நலமென்று சொல்வர்
கெட்டியாய் உடல்காக்கத் தயிர்சேர் என்பர்
கெட்டித் தயிருக்குள் நற்கொழுப்பு உண்டு
கேட்டிதை மறவாது தயிருண்ணல் வேண்டும்

தயிர்சோற்றிற்கொரு தனித்தன்மை உண்டு
தயிர்ச்சோறே தணல்வெப்பம் நீக்கும்
உயிர்வளர்க்கத் தயிருக்குள் வைட்டமின்கள் உண்டு
உடல்வெப்பம் தணித்தற்குத்தயிர்நல்ல உணவாம்

அன்றாடம் தயிர்சேர்க்கச் செரித்தல் சீராகும்
அமிலத்தன்மை உடல்விட்டுமுற்றாகப் போகும
நின்றாடும் பல்நோயைத் தயிர்தானே தாக்கும்
நித்தம் பளபளக்கும் பல்வரிசை தயிருண்ணும் போதே

தண்வெண்மைத் தயிர்ச்சோறு தினந்தோறும் உண்டு
தரணிதனில் மகிழ்வோடு நாம்வாழ்தல் வேண்டும்
கண்போல உடல்நலமே காத்திடத்தான் வேண்டி
கட்டாயம் தயிர்ச்சோறு தினம் உண்ணல் வேண்டும்

41. மோர் நலம்

பதம் பிரித்துப்பக்குவமாய்த் தயிர்கடைந்தால்
பாலுக்கும் குறைவான அடர்த்தியிலே
நிதம் குடிக்க மோர் கிடைக்கும் நினைத்திடுக
நிஜமான குளிர்பானம் இதுதானன்றோ?

இஞ்சியொடு, கறிவேப்பிலை கொத்துமல்லி
இவைகலந்து கிள்ளிக் கொஞ்சம் மிளகாயும்
மிஞ்சிடாது சேர்த்துக்கொண்டால் வெண்ணிறத்தில்
மிதமான காரமொடு சுவைமோர்தான் உருவாகும்

நிறுத்திடவே முடியாத நீர்மோர் குடித்துவிட்டால்
நெஞ்செரிச்சல் கண்புகைச்சல் நாவறட்சி,
பொறுத்திடவே முடியாத செரிமாணக் குறைபாடு
பொசுக்கென்று சரியாகும் அத்தனையும்

வெறும் வயிற்றில் காலையிலும்
வெந்சோற்றுடனே மத்தியானமும்
அரும்பெருமை மோர் குடிப்பீர்
ஆணந்தம் நீர் திளைப்பீர்

42. கறிநீர் பருகு

தமிழர்தம் வாழ்வினிலே ஆட்டுக்கறிக்கோர்
　　　　தனியான இடமுண்டு வெள்ளாடு சிறப்பாகும்
அமிழ்த மென்றனைவருமே போற்றுகின்ற
　　　　ஆட்டுக்கறிநீர் அருந்திடுக மாதமொருமுறை

உடற்சூ டென்றொரு குறையாம்
　　　　உடல்நோய் பலவற்றிற் கதுகாரணமாம்
திடமான உடல்வலு விழக்கச் செய்திடுமாம்
　　　　திகட்டாத கறிநீர் தேகமதைக் காத்துவிடும்

நெஞ்செலும்போ காலெலும்போ எடுத்துக்கொண்டு
　　　　நீறையத் தண்ணீரில் நிரப்பிஅதைவைத்துக்கொண்டு
பஞ்செனவே நன்றாக வேகவைத்துச் சாறிறக்கி
　　　　பக்குவமாய் இஞ்சி, சீரகம், கொத்துமல்லி
　　　　　　　　　　　　　　　　சேர்த்துக்கொள்ள

அருந்துதற்கு வந்துவிடும் ஆட்டுக்கறிச்சாறும்
　　　　ஆனந்த வாழ்வினுக்கு உடற்சூடு தணிவதற்கு
மருந்தொன்றே இச்சூப்பாம் மறக்காது அருந்திடுக
　　　　மனிதனோ, ஆட்டுக்கறிச்சாறு அருந்தாதவன்?

43. காய்கறிச்சாறு அருந்து

ஓடி ஓடி வெளிநாட்டான் உணவைநாடுமே
ஒவ்வொன்றாய்த் தேடித்தேடி உண்ணுகின்றோமே
நாடிநாடி வெளிநாட்டான் யாவருமே
நம்முணவைத் தரம்அறிந்து உண்ணுகின்றானே்

யாவருமே அவ்வாறு தேடும் உ ணவிலே
யாசித்துக் குடிப்பதிங்கே காய்கறிச்சாறாம்
தேவருணவு என்பதென அச்சாற்றைத்
தெளிவுடனே சொல்லுகின்றார் மருத்துவர்களும்

காய்கறிகையை நன்னீரில் கழுவிநன்றாய்
கணக்கான பதத்துடனே வேகவைத்து
பாய்கின்ற சாற்றினையே வடித்து
பக்குவமாய்த் தாலிக்கச் சூப்பும் வந்திடுமே

முள்ளங்கி, பீன்ஸ், காரட், தக்காளி இவற்றோடு
முருங்கைக் காய், முட்டைக்கோஸ் சேர்த்திடவே
உள்ளம் மகிழும் சுவைமிக்க சூப்பும் கிடைத்திடுமே
உடல்நலத்திற் கிதுவன்று வேறுதுணை யேதுமுண்டோ?

44. கனி உண்ணில் பிணி இல்லை

கனி உண்ணப் பிணிதீரும் என்பதுவே
காலமெல்லாம் தமிழர் வாழ்வின் தத்துவமாம்
கனியில்லா விருந்தில்லை தமிழனுக்குக்
கனிசொல்லா மருந்தில்லை, கண்டிடுவீர்

வாழ்வைப் புதியதாய்த் தொடங்குவதற்கு
வாழைப்பழமும், பாலும்தானே வழங்கிடுவர்
ஏழ்மையே என்றாலும் இதுதானே
என்றென்றும் புதுத்தம்பதிக்கு முதலுணவு

கடும்உணவு கரைந்திடற்குக் கொய்யா
களைப்புதனை நீக்குதற்குச் சாற்றுக்குடி
கொடும்வெப்பம் தனித்தலுக்குப் பூசணி
குருதியினை வளப்படுத்த மாதுளை

மாதாவாய் மாறிவிடும் மாங்கனிகள்
மார்பில் வலுவேற்றுதற்கு ஆரஞ்சு
சாதாரண மனிதனுக்குச் சப்போட்டா
சரிசெய்ய குடற்புண்ணை திராட்சை

உலகிற்கே இனிப்புதரும் பலா
உடலினையே இரும்பாக்கும் பேரீச்சை
வளமாக்கும் கண்களையே பப்பாளி
வரிவரியாய் விதைகொண்ட சீத்தா

கொட்டை யுள்ள கனிகளையே உண்டிடுவீர்
கொழுப்பில்லா உடல்நலமும் பெற்றிடுவீர்
சட்டையெனச் சந்தோசம் அணிந்திடுவீர்
சாகும்வரை நோயின்றி வாழ்ந்திடுவீர்

45. கறிவேப்பிலை திண்

கறிவேப்பிலை தனைப்போலெறி கின்றார் தத்தம்
காரியங்கள் முடிந்தபின்னே என்றகூற்று
சரியாகச் செப்பிடுமே கறிவேப்பிலையின்
சகல உடல்பலன்களையே நமக்கு

எங்கும் கிடைக்கும் எங்கள்வீட்டுக்கறிவேப்பிலை
இலவசமாய் இளந்தளிராய்க் கடையில்கூட
பொங்கும் அதன் மருத்துவ குணத்தாலே தமிழனிங்கே
போவோர்க்கும் வருவோர்க்கும் ஈந்திட்டானே

இரும்புச்சத்துக்கு இருப்பிடமாம் - அது
இரத்த விருத்திக்கு உதவிடுமாம்
விரும்பும் வகை முடிவளர கறிவேப்பிலையோ
வேண்டுவன செய்திடுமாம், கருநிறமும் கூட்டிடுமாம்

பசிதனைத் தூண்டிடுமாம் குடற்சுத்தம்
பக்குவமாய்க் காத்திடுமாம் ஈறுகளில் இரத்தக்
கசிவுதனைத் தடுத்திடுமாம் பற்காக்கும்
கடுங்கொழுப்பைக் கலைத்திடுமாம் கறிவேப்பிலையே

கறிவேப்பிலையைக் காலைவேளையிலே வெறும்வயிற்றில்
கணக்காக ஒருமண்டலம் உண்டு வந்தால்
நெறியான வாழ்வுகிட்டும் மகிழ்ச்சி
நிலைத்திருக்கும் வாழுகின்ற நாளெல்லாம்

46. கசாயம் வாரம் ஒன்று

கசாயம் என்றவொரு சிறுமருந்து தமிழ்க்
கலாச்சார அடையாளம் இது உண்மை
விசாரித்துப் பார்ப்போருக்கு விளங்கிடுமே இது நன்றாய்
விழிப்புணர்வு உள்ளவர்க்கு வாரம் ஒருகசாயம்

காய்ச்சலுக்குத் துளசியாலே கசாயம்
கடும் சளிக்குத் தூதுவளைக் கசாயம்
பாய்ச்சலோடு காத்திடுமே சிறுநீரகத்தை இஞ்சி
பக்குவமாய் நீக்கிவிடும் பித்தத்தைக் கொத்துமல்லி

வயிற்றுவலி தீர்ப்பதற்கு வெற்றிலையாம்
வாந்தியினை நிறுத்துவற்கு ஓமளவள்ளி
பயிற்றிடுக அருகம்புல் அறிவுதனைக் காத்திடுமே
பலநாள்பட்ட தலைவலிக்குப் பச்சிலையாம்

கேழ்வரகை மிளகிட்டுக் காய்ச்சிவிட்டால்
கேட்காமல் ஓடிவிடும் வரட்டிருமல்
ஊழ்வினையே இவைவிடுத்து அலோபதியை
ஓடி ஓடி நாடுவதும் கனியிருப்பக் காய்கவர்தல்

47. துளசி சேர்

கோவில்களில் இல்லத்து முற்றங்களில்
குவியலெனத் துளசியினை வளர்த்திருப்பர்
பாவவினை போக்குதற்கே இதுவென்று
பக்குவமாய்த் தந்திடுவர் துளசியினை

உடல்நோய்கள் பலவகையும் துளசியுண்ண
உடனடியாய் நீங்கிவிடும் உடல்நிலைக்கும்
கடலளவு நன்மையுண்டு துளசியாலே
கைநிறையத்துளசியுண்டு உண்ணுதற்கு

துளசிபட்ட தண்ணீரே தீர்த்தமாகும்
துன்பம்பல தீர்த்தலினால் அதைத்தீர்த்தமென்க
அலசிநீரில் கழுவியெடுத்து வெறும்வயிற்றில்
அன்றாடம் திண்றுவிடல் அற்புதமாம்

குடற்புண்கள், வயிற்றுஒட்டம்
குருதித்தூய்மை வாய்நாற்றம்
உடற்பத்தும், படையும், உள்நோய்கள்பலவும்
ஒருங்கே நீங்கி உருப்படியாய் வாழ்தலுக்குத்
துளசிபோதும்.

48. குளிர்நீர் குளி

குளித்தல் என்பது குளிர்வித்தல்
குளிப்பதால் மேனி குதூகளிக்கும்
அளித்தல் இன்பம் மேனிக்கு,
அழுக்கு நீக்குதல் இதுவன்றோ்

உழைத்துக் களைத்த உடலணுக்கள்
உற்சாகம் பொங்கிட வழிவகுக்கும்
மழைபோல் குளிர்ந்த நன்னீரில்
மனிதா நீயும் குளித்திடுக

குளிர்ந்த நீரால் உடலணுக்கள்
குவிந்த வெப்பம் வெளியேற்றும்
தளர்ந்த மனத்திற் புத்துணர்ச்சி
தந்தே உடம்பைச் சுதியேற்றும்

என்றும் ஏற்றது குளிர்நீராம்
இயலாதோர்க்கே சுடுநீராம்
நன்றே நாளும் தண்ணீர்க்குளியல்
நலமாய் வாழ இதுவே புதையல்

49. மழைநீர் நனை

வானவர்கள் வாழ்த்துகின்றார் மழைவடிவில்,
வருணமழை பொழிவதனால் வாழுகின்றோம்
தேனவர்கள் பொழிகின்ற திருமழையே
தெவிட்டாத தூயநீர் மழை யொன்றே

மழைபொழியும் போதினிலே நனைந்திடுக,
மனமெல்லாம் தூய்மையாகும் அறிந்திடுக
கலைநிறைந்த வாழ்க்கையிது புரிந்திடுக
கையிலேன் குடை,அதை எறிந்திடுக்

தாதுக்கள் நிறைந்ததுவே மழைநீராம்
தரைதொடுமுன் பிடித்திடுக நன்னீராம்
சாதுக்கள் தீர்த்தம்போன்ற திந்நீரே
சந்தோசம், சந்தோசம் பருகிடுக

இயற்கைதந்த பிள்ளைதானே நாமெல்லாம்,
இயற்கை தரும்நற்கொடையே மழையாகும்
முயற்சிசெய்து பார்த்தாலும் மழைவாரா
முடிந்தவரை நனைந்திடுக பொழிகையிலே்

50. காற்றில் அலை

காற்றொன்றே காசினியின் உயிராகும்
காற்றி ன்றேல் ஏதிங்கே காசினியும்
மாற்றமென்று எதுவுமிங்கே வந்திடலாம்
மாற்று என்று ஏதுமுண்டா காற்றுக்கு?

தூயகாற்று வேண்டுமென்றால் வெளியேவா
துவட்டிவிடும் மூலிகையால் மலைக்காற்று
வாயைமூடி நாசிவழி மூச்சிழுக்க
வடிகட்டி நமக்களிக்கும் வயல்காற்று

மரங்களுக்குக் கீழமர்ந்து நலம்பேசு
மற்றசெடிகளுடன் நடந்துகொண்டே உரையாடு
கிறங்கவைக்கும் மலர்மணத்தை நுகர்ந்துவிடு
கீழ்முளைத்த புல்வெளியில் உறவாடு

காற்றளித்த பரிசன்றோ இவையாவும்
கடவுளதன் மறுவடிவம் இவைதானே?
ஏற்றம்கொண்டு இவ்வுலகில் வாழ்ந்திடற்கு
ஏற்றதுவே தூயகாற்று சுவைத்திடுக வெளிவந்து

51. தென்றல் சுவாசி

காற்றுவீசும் வேகங்கொண்டு அதன்பெயரை
கச்சிதமாய் வைத்துள்ளார் மூத்தோரும்
காற்றுவீசும் திசைகொண்டே பதினாறுவகையாக
கடற்காற்றைப் பதம்பிரித்தார் நம்தமிழர்

விரைந்தேகிச் செல்லுகையில் புயற்காற்றாம்
வெறுமெனவே வீசுகையில் பொதுக்காற்றாம்
மரம்வேரொடு பெயர்க்கும் அது சூரைக்காற்றாம்
மனிதர் ரசிக்கத் தவழ்ந்துவரும் தென்றற்காற்றாம்

தென்றலிலே தவழாதோர் பிறந்தென்ன?
தேன்கதைகள் செவிகேளாச் செவி என்ன?
நின்றவாறு தென்றல்தொடாத் தேகமென்ன?
நிஜமான இளங்காற்றுப் பருகாநிலை என்ன?

தென்றலுக்கு ஏற்றகாலம் அதிகாலை, மாலை
தேகமெங்கும் ஓசோனால் நிரப்பும் வேளை
சென்றுநீயும் உலவினாலே மனமோமகிழும்
செத்துவிட்டால் இந்தச்சொர்க்கமெல்லாம் வீணேகழியும்

52. புல்வெளி நட

இல்லம் கடந்து வெளியில் வா
இன்னோர் உலகம் இருப்பதைப் பார்
உள்ளம் மகிழ இயற்கை படைத்த
உயர்ந்த மலைகள், மரங்கள் காண்

செடிகள், கொடிகள் தலையாட்டும்
சிறப்பைக் கண்கள் விரித்துப்பார்
அடிகள் வைத்து நீ நடக்க
அழகாய் இருக்குது புல்வெளியும்

காலைக்கதிரின் ஒளி பூசி, பனித்துளிக்
கன்னம் மின்னும் அழகைப் பார்
மாலைநேர இளம்வெய்யில் புள்ளில்
மஞ்சள்பூசி ஜொலிப்பதைக் காண்

இத்தனை அழகும் உனக்காக
இன்றே அதில்நீ நடந்திடுவாய்
எத்தனை அறிவியல் வந்தாலும்
இதற்கிணை, ஈடு கண்டதுண்டோ?

53. இல்லத்தில் உண்

இல்லம் என்பது சொர்க்கமாகும்
இதயங்க ளங்கே சங்கமிக்கும்
பள்ளங்களெல்லாம் அன்புருவே
பாசம் இங்கே உயிர்மூச்சாம்

இல்லம் என்பது மருத்துவமனை
ஏற்ற உணவங்கே மருந்தாகும்
நல்ல எண்ணம் கொண்டவர் மருத்துவராம்
நம்மைப் பெற்ற தந்தை, தாய்

தூய்மை என்பது உயிராகும்
துயரினை என்றும் அனுமதியா
தாய்மையாலே அனைவரையும்
தந்தை, தாய் பேணுகின்றார்

இல்லத்துச் சமையல் இதயம்காக்கும்
இல்லத்து உணவே நலம்பயக்கும்
இல்லத்து உணவில் மாசில்லை
இல்லத்தி லுண்டு நிலைத்திடுவாய்.

54. வாரம் ஒருநாள் உணவுதவிர்

மூன்றுவேளை உணவுண்டு தினம்
மூச்சுமுட்ட வாழ்கின்றோம் அதற்குச்
சான்று சொல்லிடும் நம்ஏப்பம்
சங்கடம்தானே அவை யென்றும்?

செரித்தற் பணியினைக் குடல்செய்து
சிறப்பாய் நம்மை வாழ்விக்கும்
உரித்த கோழி, கறியென்று
உள்ளே நிறையச் செலுத்துகின்றோம்

உண்ணாப் பொருளென்று உலகினிலே
ஒன்றும் இல்லை மனிதனாலே,
எண்ணாப் பொருளையும் அவன்வாய்
எரித்து, அரைத்துத் தள்ளிடுதே

இடைவிடாது உண்பதனால்
இளைத்தே போகும் உடலுறுப்பும்
தடையினைக் கொஞ்சம் தருவாயேல்
தவிர்த்துக் கொள்ளலாம் பலநோய்கள்

வாரம் ஒருநாள் உணவுதவிர்த்தல்
வாழ்வதற்கேற்ற முறையாகும்
பாரம் இல்லாக் குடல் கொண்டு
பக்குவமாக வாழ்ந்திடலாம்.

55. தினம் இருமுறை மலங்கழி

குடலின் சுத்தம் அறிவதெல்லாம்
கொண்ட உணவின் செரித்தலினால்
உடலின் நலத்தின் அடையாளம்
உண்ட உணவின் நிலைபொறுத்தே

தினமும் இருமுறை மலங்கழித்தால்
தீமை உன்னுடல் இல்லையெனக
குணமென்று அதை நீ கொண்டிடுவாய்
குவலயம் உனக்கு வாய்த்திடுமே

மலமது தரையைப் பிசுபிசுத்தால்
மனிதா, உணவைச் சரிபார்க்க
நிலமது ஒட்டா ஓடிச்சென்றால்
நினைக்க, நின்னுடல் சரியெனக

மலத்தில் கிருமி இல்லையென்றால்
மனமும், உடலும் தூய்மை என்க,
குளத்தில் மலரும் தாமரைபோல்
கொள்வாய், மகிழ்வாய் வாழ்வினையே.

56. நாள் ஆறுமுறை சிறுநீர்போக்கு

நாளபறு என்பதொரு நல்வாக்கு
நானிலத்தில் நம்தமிழர் சொல்வாக்கு
பாலாறு போல்நீயும் சிறுநீரைப்
பக்குவமாய் ஆறுமுறை தினம்போக்கு

வரும்நீரும் சிறுதலிவே என்பதனால்
வழங்கியதே அந்நீரும் சிறுநீரென்று
பெரும்நீராம் சிறுநீரென்க அதில்
பெயர்ந்து வரும் தேவையற்ற உடலுப்பு.

சரியாக அந்நீரும் வெளியேறாதிருத்தல்
சருமமது உப்பிடுமே வெளியேறா உடலுப்பால்
புரியாதோ அவ்வுப்பே கல்லடைப்பு,
புண்ணாகும், வீங்கிவிடும் சிறுநீரகமும்

முறையாக நீர்குடிக்கப் பழகிடுக
முழுநாளில் ஆறுமுறை நீர்கழிக்கப்பழகிடுக்
நெறியோடு வாழ்வதற்குப் பழகிடுக
நீர்வாழ நீக்கிடுக உடலுப்பபைச் சிறுநீரால்.

57. வாரம் ஒருநாள் மௌனம் காக்க

விலங்கினின்று மனிதர்தமைப் பகுப்பதெலாம்
விளங்குமாறு மொழிகளிலே பேசுதலே
உளம்நினைத்த யாவற்றையும் பிறர்
உணருமாறு செய்வதந்த மொழியாகும்

பேசுதலோ எளிதன்று ஆற்றப்வேண்டும்
பேசுதற்கு உடம்பினிலே மனதினிலே
ஏசுதலும் பூசுதலும் கூசுதலும்
ஏடா கூடமாகுதலும் பேசுதலே, புரிந்திடுவீர்

வாய்மொழியைக் குறைத்து விட்டு என்றும்
வளர்வினைகள் ஆற்றுதலே வாழ்க்கைப்பாடம்
சேய்மொழிதல் போலிங்குச் சொற்களிலே நின்றுவிட்டால்
சிறப்பென்ன சேர்ந்துவிடும் உலகில் உணர்வீர்

உடல்காக்க, உளங்காக்க, உலகங்காக்க
ஒருநாள்மட்டும் வாரத்தில் மௌனம் காக்க
கடலளவு வினையாற்ற மௌனமுதவும்
காரியங்க ளாற்றுதற்கு மௌனம்வேண்டும்

58. ஒவ்வொரு நாளும் உடற்பயிற்சி செய்

சுற்றுவதால் உலகமிங்கு சுறுசுறுப்பு
சுற்றுவதே அதற்கிங்கே உடற்பயிற்சி
சுற்றுவதால் துருப்பிடிக்கவில்லை யதற்கு
சுற்றுவதால் அதன் மனமென்றும் இளமை

மனிதருடல் உலகம்போலே வாழ்வதாகும்
மனிதருக்கு உடற்பயிற்சி உயிராமென்க,
மனிதருடல் என்றென்றும் இளமைகூட
மனிதர்மனம் மகிழ்ச்சி யோடென்றும் இருக்க

வாழும்முறை தமிழனுக்கு உடற்பயிற்சி
வாழும்முறை மாறியதே இப்போது
தாழும்முறை வந்திடாது உனைத்தாங்க
தங்கமான உடற்பயிற்சி தினமும் நீ செய்திடுவாய்

உடற்பயிற்சி செய்வதாலே இரத்தஓட்டம்
உருப்படியாய் இருக்குதங்கே உடலம்முழுதும்
உடல்முழுக்க இரத்தஓட்டம் சீரே என்பதுவே
உயிர்வாழும் இலக்கணமாம் உடல்தனக்கே?

59. நடை நோய்க்கு விடை

விலங்குமுதற் பறவைக்கு நலக்குறைவு ஏதுமில்லை
விரும்புகின்ற இடங்களுக்கு நடந்தேயவை செல்வதனால்
கலங்குகின்றோம் பல்வகையாய் நோய்வந்து சேர்வதனால்
காரணமோ, நடைமறுத்து வாகனத்தைத் தேடுதலே்

கால்கள்பயன் நடப்பதன்றி வேறொன்றில்லை
கால்நடையே மனிதனன்றி பிற உயிர்களில்லை
கோள்கள்போல் ஓயாது சுற்றவேண்டும் கால்களாலே,
குவலயத்தில் நோயற்று வாழ்வதென்றால்

நரம்பனைத்தும் பாதத்தில் முடிவதனால்
நரம்பினையே தட்டியெழுப்பிடுதல் நடையாம்
உரம்போட்டார்ப்போல் எலும்பிங்கே உறுதியாகும்
உதிரமுடலில் நன்கு சுழலும், உணர்ந்திடுக்

நடப்பதனால் சீராகும் இதயத்துடிப்பு
நாளம், தமனிகளில் கொழுப்பெதுவும் சேர்ந்திடாது
கிடப்பதனால் முதுமைவந்து கெடுத்துவிடும்
கிளைபரப்பி வாழ்ந்திடற்கு நடையொன்றே விடையாகும்

60. சுடுநீர் மருந்தாம்

மருந்துதேடி வெளியெங்கும் அலைகின்றார்
　　மனதரிவர் சுடுநீரைத் தன்வசமே வைத்துக்கொண்டு
அருந்திடுக சுடுநீரைப் படுக்கைக்குப்போகுமுன்
　　அற்புதங்கள் கண்டிடுவீர் உம்முடலில்

வெறும்வயிற்றில் அருந்துகின்ற சுடுநீரோ
　　வெளியேறாக் கழிவுகளைக் கரைத்துவிடும்
பொறுமலேதும் வயிற்றினிலே இருந்துவிட்டால்
　　பொறுக்கச் சுடுநீரை யருந்திடப் போய்விடும்

கொழுப்பினுக்கு முதல்எதிரி சுடுநீரே
　　குடித்திடுக அசைவஉணவு உண்டபின்னே;
மழுமழுப்பாய் இருக்குமந்தச் சுடுநீர்
　　மனதிற் கொள்ளாது மகிழ்வுடனே குடித்திடுக்

உடற்சூடு சரியாக்கும் குடித்தவுடன்
　　உள்ளிருக்கும் வியர்வையினை வெளிக்கொணரும்
குடற்சுத்தம் உறுதியாக்கும் உடலெங்கும்
　　கொழுப்பினையே நீக்கியதைத் தூய்மைசெய்யும்.

61. தக்காளிச் செரிப்பான்

கண்டபடி உண்பதனால் உணவு
கழுத்துவரை நிறைந்து விடும், நாக்குச்சுவை
கொண்டபடி மனம்விரும்ப உண்ணுதற்குக்
குறைவேதும் வைப்பதில்லை நாமும்

மூச்சுமுட்ட உண்டுவிட்டு விழிபிதுங்கி
மூச்சுவிடத் தத்தளிப்பர், சிலநேரம்
பேச்சுகூடப் பிறந்திடாது எதுக்களித்து
பெருந்துன்பம் தந்துவிடும் நெஞ்சிறுக்கி

தக்காளிப் பழம் ஒன்றை நன்றாகத்
தண்ணீரில் கழுவியெடுத்துத் தொண்டையிலே
விக்காமல் கடித்துண்ணச் சாறுடனே
விலகிவிடும் எதுக்களிப்பும், ஏப்பம்விடுத்து

குவிந்தவாயு கலைந்துவிடும் ஏப்பமென
குடலிங்கே வன்மைமாறி மென்மையாகும்
கவிழ்ந்ததலை நிமிர்ந்துவிடும் தக்காளிக்
கனியுண்ட பின்னாலே துன்பம் தீர்ந்து.

62. பூண்டுசேர் எப்போழ்தும்

இயற்கையிலே விளைகின்ற தங்கபுஷ்பம்
இதயமதைக் காக்கின்ற வெள்ளைத்தங்கம்
அயற்சியினை நீக்குகின்ற அருமருந்து
அனைவருமே உண்ணுகின்ற வெள்ளைப்பூண்டு

உடம்பினுக்குள் உருளுகின்ற வாய்வு ஓட்டும்
ஓட்டுகின்ற கொழுப்பினையே ஆவியாக்கும்
தடம்பார்த்து இரத்தஓட்டம் சீரப்படுத்தும்
தன்னை யுண்டோர்வாழ்வினையே நன்கு காக்கும்

மலைவிளையும் பலவகையாம் வெள்ளைப்பூண்டு
மங்கையரின் பேறுகால உடல்வலிக்கு அருமருந்து
நிலைமாறா திதன்குணமே என்றென்றும்
நீ நம்பு இதன்மகிமை நீடுவாழ்வாய்

ஒருப்பூண்டு மலைப்பூண்டு, சைனாப்பூண்டு
ஒருபல்லாய் உதிர்ந்தபின் ரசப்பூண்டு
விருப்புண்டு நீ உண்டு எவ்வகையும்
வெற்றிமேல் வெற்றிகொண்டு வாழ்ந்திடுக

63. பெருங்காயம் காப்பான் பெரும்காயம்

பெருங்காயம் என்றதொரு தமிழ்மருந்து
பெருமைமிகு காயமென்றால் மிகையாகா
பெருங்காயம் காப்பதனால் இம்மருந்தும்
பெருங்காயம் என்றபெயர் பெற்றதாகும்

குழம்பினுக்கு இரசத்திற்கு சட்னிக்கு
கொஞ்சம் பெருங்காயம் சேர்த்திடுகசெரித்தற்கு
நலம்மிக்க உணவென்றால் நிச்சயமாய்
நயமான பெருங்காயம் அதனுள் உண்டு

நெஞ்சத்தைக் கரிக்கின்ற உணவுண்டால்
நெஞ்சமெல்லாம் வாயுதானே நிறைந்திருக்கும்
கொஞ்சமாகப் பெருங்காயம் சுடுநீரில் கலந்துண்ண
கொஞ்நேரத்தில் நெஞ்சமது சீராகும்

நறுமணத்தைக் கொண்டதிந்தப் பெருங்காயம்
நல்மனத்தை உண்ணுவோர்க்குத் தந்திடுமே
பொறுமனத்தைக் கற்றுத்தரும் இதன்மணமே
புவிமீதில் இக்காயம் காத்துவிடும் பெருங்காயம்

64. சுடுகஞ்சி வாரம் ஒருநாள்

சுடுகஞ்சி என்றொரு மருந்துண்டு
　　சுவையோ அதற்குத் தணியென்க
விடுபடாது இக்கஞ்சி வாரம் ஒருமுறையோ
　　வீட்டில் உண்ணப் பழகிடுவீர்.

அடுப்பினில் சோறுநன்றாய் வெந்தவுடன்
　　அதையிறக்கி வைத்திடு அப்படியே,
தொடுப்பாய்க் கொஞ்சம் பருப்புத்துவையல்
　　தொட்டுத்தொட்டு நீ நன்றாய் உண்டிடுக.

இரவினில் இதைநாம் உண்டிடலாம்
　　இதமாய் ஆக்கிடும் நம்வயிறை
உரமென்று நாமும் பகலெல்லாம்
　　உண்ட எதையும் செரித்திடுமே

பகலில் உண்ட அசைவங்கள், கண்ணில்
　　பட்டவேறு காரங்கள் நொடியில்
அகலும் சுடுகஞ்சி உண்டால்
　　அழகாய் வாழ்க அல்லல்நீக்கி!.

65. பாகற்குழம்பு சாகவிடாது

பாகற்காய் என்றொரு கசப்புக்காய்
பக்குவமாய் நீயதைச் சேர்த்திடுவாய்
சாகவைத்திடும் குடற்புழுவை – உடம்பின்
சர்க்கரை மிகவும் குறைத்திடுமே

கசப்புச் சுவைதனை உடம்பினிற் சேர்க்க பாகற்
காயினைக் குழம்பாய் உண்டிடுக்
வசமிலாப் பத்தும் படைகளுமே உடன்
வந்தது தெரியா தோடிடுமே

வேகவைத்துத் தாலித்து அதிகாலை
வெறும் வயிற்றில் நன்றாய் உண்டிடலாம்
நோகவைத்துச் சாறெடுத்து
நோய்கள் தடுக்கக் குடித்திடலாம்

குண்டுப் பாகல் உண்டிங்கு
குருவிப் பாகலும் உ ண்டிங்கு
சிண்டுபோலச் சிறுபாகலும் உண்டிங்கு
சிறப்பாய் வாழ்கஅவை உண்டிங்கு

66. நாட்டுக்கோழி மாதம் ஒருமுறை

அமுதம்கூட நஞ்சாகும் அளவுமீறிப்போகையிலே
அசைவ உணவும் அவ்வகையே அறியீரோ?
நீவிர்வாழ்ந்திடுக.
எமனும்கூட நெருங்கமாட்டான் உணவினை
ஏற்ற அளவு உண்ணுகையில்

கறியுண்ண நம்தமிழர் கச்சிதமாய்ச்
காலமதை வகுத்தளித்தார் - அந்த
நெறிவழியே சென்றிட்டால் காலம்வரை
நெஞ்சினிலே பதற்றம் என்றும் இல்லை

அசைவத்தில் கறியுண்டு மீனுண்டு
அழகொளிரும் நாட்டுக் கோழியுண்டு
பிரசவத்தில் பெண்களுக்கு அன்றுமுதல்
பிஞ்சுக் கோழியுடன், நல்லெண்ணெய்

யாவருமே நாட்டுக்கோழி உண்டிடலாம்
யாக்கைக்கது மிக நன்றாம் மாதமொருமுறை
ஆவலுடன் நீயதை மென்று உண்டால்
ஆனந்த வாழ்வினையே வாழ்ந்திடலாம்;

67. வேப்பங்கொழுந்து வெறும் வயிற்றில்

வேப்பங்கொழுந்தென்றோர் இறைமறுவி
வேண்டும் வரம் கொடுக்கும் தெய்வமென
காப்பதற்கு இலங்கிடுமே நோயினின்று
கற்பகமாம் அற்புதமாம் அக்கொழுந்தும்

தீர்க்காத நோயில்லை இக்கொழுந்தும்
தித்திப்பின் எதிர்ச்சுவையே இதன்சிறப்பு
பார்க்காத மருந்தெல்லாம் பார்த்தாலும்
பதிலுண்டோ, வேம்புக்கும் இணையுண்டோ?

சுற்றுச்சூழல் குளிர்விக்கும் உடற்
சூட்டினையே உடன்போக்கும் மேனியிலே
பற்று படையென்று அனைத்தும் நீக்கும்
பற்சுத்தம் குருதியோட்டம் ஈறு இவைகாக்கும்

இரத்தமெலாம் வேம்புநின்றால் தீண்டும்
இராஜநாகம் செத்துவிடும் - இன்னும்
எத்தனையே பலனுண்டு வேம்பென்றால்
எதிர்தோன்றும் எம்இறைவன் வேம்பன்றோ?

68. உயிராம் இரவுத்தூக்கம்

உடலும், உலகமும் ஒன்றாகும்
உள்ளில் இருப்பது ஐம்பூதம்
கடலும் புவியைச் சூழ்வதுபோல்
கணக்காய் இருக்குது நீருடலில்

உலகம்போலே உடலியங்கும்
உருள்வதில் பகலும் இரவுமுண்டாம்
பழகிடவேண்டும் உடலியக்கம்
பகலினில் என்றும், அதுநன்றாம்

இயங்கும் உடலோ தொடர்ந்தியங்க
இரவுத்தூக்கம் உயிரென்க்
மயங்கிப் பகலினில்திரிந்தாயேல்
மனிதா உன்னுடல் கெட்டுவிடும்

இரவின் உறக்கம் உன்னுடலை
இதயம், மூளை நன்கிணைந்து
திறம்படச் சீர்செய்யும் தினந்தோறும்
தெரிக உயிராம் இரவுத்தூக்கம்

69. எளிய உணவே ஏற்றுக்கொள்

உணவு உண்ணுதல் உயிர்வாழ
　　உயிர்வாழ்தல் உண்ணுதற் கென்றில்லை
மனமே இதைநீ அறிந்திடுக
　　மகிழ்வாய் அளவாய் உண்டிடுக்

ருசிக்கு என்றும் உண்ணாதே
　　ருசிதான் உடல்நலம் கெடுத்திடுமே
பசித்த பின்னே உண்டிடுக
　　பக்குவ உணவைப் பார்த்து உண்க

எண்ணெய் மசாலா இல்லாத
　　எவ்வித வேதிப்பொருளும் சேராத
மண்ணில் விளைந்த சிறுதானியம்
　　மருத்தவக் காய்கறி சேர்த்துண்க

நீச்சுத்தண்ணி கேப்பைக்களி
　　நீர்மோர், ஊறிய பழஞ்சோறு
பேச்சுவழக்கின் கூழ்வகைகள்
　　பெருமைமிக்கவை இவைதானுண்க

70. கதவு ஜன்னல் கட்டாயம் திற

கதவு, ஜன்னல் வைப்பதெலாம் திறப்பதற்கே
காற்று வந்து மேனிதொட்டுத் தழுவதற்கே
இதமுடனே இளங்கதிரும் வருமணைக்க
இதயமதும் வேண்டுவது இவைதாணிங்கே

ஏசியொன்றை மாட்டிவிட்டுத்தானும் மாட்டுவார்
இருப்பதெல்லாம் அடைத்துவிட்டுப் போட்டுக்
கொள்ளுவார்
தூசிகூட வெளியேறப் பாதை இல்லையே
தும்மினாலும் நொந்துபோவார் வழியுமில்லையே

குளிரினிலே நடுங்கிக்கொண்டு பெருமைகொள்ளுவார்
குருடன்போலே விளக்குகளை எரியச்செய்யுவார்
ஒளிரும் விளக்கு ஒளியினிலே ஜொலித்துக்கொள்ளுவார்
ஒளியை நேரில்கண்டுவிட்டால் ஒளிந்துகொள்ளுவார்

உடலுமிங்கே வெளிரிப்போகும் தோல்கள் மங்கியே
உள்ளம் நன்குசோர்ந்துபோகும், தேவையில்லையே
கடலைப்போலே காற்று இங்கு திரண்டுகிடக்குது
கதவு, ஜன்னல் திறந்துவிட்டு வெயிலைச்சுகித்திடு

71. சுத்தம் முன்னே, சமையல் பின்னே

இந்திய நாட்டின் எதிர்காலம்
எங்கள் வீட்டுச் சமையறை
இந்திய நாட்டின் காவல்தெய்வம்
எங்களை யீன்ற எங்கள்தாய்

பெற்றநாள்முதலாய்ப் பிள்ளைகட்காய்
பெருமருந் தியாகங்கள் செய்பவளாம்
உற்றநல் உயிர்த்தோழி எங்களன்னை
உரியஉணவால் எம்முயிர் வளர்ப்பாள்

உணவினில் அன்பும் மருந்தும் கொண்டு
உவப்புடன் அவற்றைச் சமையல்செய்து
தினமும் தந்தே எமைக்காப்பாள்
தெய்வம் என்றால் அவள்தாளே

காலை எழுந்ததும் தன்சுத்தம்
கருத்தாய் அடுத்து வீட்டின் சுத்தம்
நாளைவாழ்வை மனதிற்க் கொண்டு
நாளும் புரிந்தே சமையல் செய்வாள்

சுத்தம் முன்னே, சமையல் பின்னே
சூத்திரம் இதுதான் தமிழ்ப்பெண்ணே
புத்தம் புதிதாய் என்றும்வாழ
பொன்போல் காப்பாய் இம்மொழியை.

72. காய், காய்... தாய், தாய்...

காய்கறி நித்தமும் உண்டிடுக
கவலை யுனக்கிலை என்றிடுக
தேய்பிறை யாகிடும் உன்னுடம்பு காய்
தெவிட்டத் தெவிட்டச் சேர்க்காவிடில்

காய், காயென முடிவவடையும்
காய்கறி நித்தமும் சேர்த்திடுக
பாய்ந்திடும் உடம்பினில் நற்குருதி
பச்சையம் நிறைந்து வழிவதனாலே

கொழுப்பென்றும் சேரவிட்டுவிடா
குடுமிமுதல் பாதம்வரை கெட்டுவிடா
வலுத்திடும், செழித்திடும் உடல்நலமே
வரம்போன்ற காய்கறி உண்பதனால்

அறிவைப் பெருக்கிடும் காய்கறிகள்
ஆற்றலைத் தந்திடும் காய்கறிகள்
பொறிக ளைந்தும் சிறந்திடுமே
புண்ணியம் சேர்ந்திடும் காய்கறியாலே

73. கனி, பிணிக்குச் சனி

கனியுண்ண இக்காயம் வலிவுபெறும்
கண்டகண்ட பிணிகளெல்லாம் மாயமாகும்
சனியுன்னை தீண்டிடாது காத்திடுமே
சகலமெலாம் கனிகளாலே நலந்தானேனாலே

உடலினில் சளியினை வெளியேற்றும்
உள்ளூறும் சர்க்கரை மட்டுப்படும்
திடமாகும் உடலும் கொழுப்பின்றி
தித்திப்பாய் வாழ்வினை ஆக்கிடுமே

ரெரித்தலைச் சரிசெய்யும் கனிவளங்கள்
சிக்கல் மலத்தைச் சீர்படுத்தும்
உரித்தே பழங்களை உண்டிடலாம்,
உரித்ததோலும் மருந்தென் றாகிடும்.

தோலும் பழத்தால் மினுமினுக்கும்
தொல்லைகள் உடலில் ஒழிந்துபோகும்
காலும், கையும் வன்மைமிகும்
கவலை யொழிக்கும் கனிவகையே.

74. தினம் ஒரு பயறு

உண்ணுக உண்ணுக தினமொரு பயறு
உன்னுடல் நலத்திற்கு அதுவே உயிரு
எண்ணுக, எண்ணுக பயறதன் அருமை
என்றென்றும் மறவேல் பயறதன் பெருமை

காணமும், தட்டையும் வேகவைத்து
கட்டுச்சாறென்ற ரசமதைக்குடித்தால்
காணாது போகும் பலவகைப்பிணியும்
கட்டுடல் காப்பதாலது கட்டுரசமாம்

எவ்வகைப் பயறையும் குழம்பென்று குடிப்பாய்,
ஏற்றவகையினில் பொரித்தே உண்பாய்,
செவ்வியல் முறையாம் முளைவைத்துண்ணல்
சேர்ந்திடும் சக்தி உடலெங்கும்பரவி

இறுகியபயறு இறுக்கிடும் உடலை,
இளகியபயறோ இளக்கிடும் இரத்தம்
உறுதியாய் எலும்பை உயர்த்திடப் பயறும்
ஒவ்வொரு நாளும் உண்டிடக் காண்பாய்

75. தேனருந்து

தேனென்ற தேவஅமுதம் அருந்திடுக
தித்திப்பாய் உன்வாழ்க்கை மாற்றிடுக
மானென்று தினமும் நீ துள்ளிக்குதிக்க
மருந்தென்று தேனிதமும் பருகிடுக்

தண்ணீரில் கலந்தருந்து உடல்மிகுக்கும் - சுடு
தண்ணீரில் கலந்தருந்த உடலிளைக்கும்
கண்ணீரே வேண்டாம் சளியிருமல் கண்டு
கருமிளகைத் தேன்கலந்து சுவைத்தால்

தேனூறும் பேரீச்சை இரும்பாக்கும் உடம்பை
தேன்தொட்ட பனியாரம் கரும்பாக்கும் குரலை
தேன்முகிழ்த்த பலாவோ தெவிட்டாத நல்லுணவு
தேன்குடிக்க நரம்பெல்லாம் குருதி ஆறாகும்

தெருக்களிலே வரும்தேனை நன்கு
தெரிந்தெடுத்து உண்க மலர்த்
திருக்களிலே பொழிகின்ற தேனே
தேவமாதா தருகின்ற தாய்ப்பால்தானே

76. வாழை உண்

வாழவைத்து மாந்தரையே தானுமது வாழ்வதனால்
வாழையென்று வழங்கியதாம் தமிழர்களின் வழக்கினிலே
வாழைத்தண்டு, பூ, காய், கனியென்று தான்
வாழும் வகை அத்தனையும் வழங்கியதே யந்தவள்ளல்

கல்லடப்பைப் நீக்கிடுமே வாழைத்தண்டு
கடும்கொழுப்பைக் குறைத்திடுமே வாழைக்காயும்
பொல்லாத சர்க்கரையைப் போக்கிடுமே வாழைப்பூவும்
பொறுமுகின்ற வயிறுகாக்கும் வாழைப்பழங்களும்

எந்தவகை உணவினையும் உண்பதற்கு
ஏற்றவொரு பாத்திரமே வாழையிலையாம்
சொந்தமாக வாழையொன்று வீட்டிலிருந்தால்
சொர்க்கம்போலே குளிர்ந்திடுமே இதயமெல்லாம்

வாழைமரத் தோரணங்கள் வரவேற்கும்
வடித்துவைத்த விருந்தினையே இலைகொடுக்கும்
நாளைவாழ்க்கை நலமுடனே வாழந்திடவே
நாளும் சேர்க்க வாழையினை உணவுடனே

77. வரகு சேர்

தமிழர்க் கேற்ற நல்லுணவு பலவுண்டு
தலையாய தவற்றினிலே வரகரிசியாம்
அமிழ்தமென்க அதைவடித்து உண்கையிலே
அதனோடு மோர்கலக்க அற்புதமாம்

கொழுப்பில்லா நற்தானியம் அதுவாகும்
கொஞ்சநேரம் போதுமது வெந்திடற்கே
பழுப்படைந்த வரகரிசி பழசாகும்
பக்குவமாய் அதையுண்க பலம்சேரும்

குருதியிலே சர்க்கரையைக் கூடவிடாது
குறுக்கெலும்பு உறுதிபெறும் வரகாலே
வரகரிசி யென்பதிங்கே வரமரிசி
வாய்த்ததிந்தத் தமிழர்க்கது உரமரிசி

அவ்வப்போது பொங்கியுண்ண ஏற்றதாகும்
அதன்சுவையைப் புளிக்குழம்பு கூட்டிடுமே
எவ்வகையாய் வரகுதனை உண்டிடினும்
ஏற்றதொரு விருந்தென்றால் ஐயமில்லை

78. விறகுச் சமையல்

விறகினிலே சமைப்பதெல்லாம் விருந்துச்சமையல்
வீணாகக் கழிகின்ற கட்டைகளே நமக்காக
உறவாடிச் சமையலையே ருசியாக்கும்
உளம்மகிழும் நல் உணவினையே நமக்களிக்கும்;

மரக்கட்டை, செடி, செத்தைஅத்தனையும்
மருந்துவகை தன்னுள்ளே பெற்றதனால்
உரம்உண்ட இலைதழைகள் செழிப்பதுபோல்
உணவுவகை செழித்திடுமே விறகாலே்

வெறும் அனலில் வேகவைக்கும் உணவுண்டு
வெறியாடும் நெருப்பினிலே சிலவகையுண்டு,
தரும்சுவையோ ஒவ்வொன்றும் தனித்தனியாம்
தனல்மீண்டும் கரியாகிப் பயனாகும் கண்டிடுக்

பல்தேய்க்கப் பொடியாகும் அக்கரியும்,
பாத்திரங்கள் துலக்குதற்கும் சிறப்பாகும்,
நல்விதமாய் அடுக்களையும் பாத்திரமும் அழகாகும்
நம்வீட்டுச் சமையறை கருவறையாம் விறகாலே.

79. கோலம் அழகு

கோலமென்ற சொற்பொருளாம் அழகுநிலை,
குடும்பநிலை யழகாக்கும் வாயிற்கோலம்
ஞாலமெல்லாம் நம்வீட்டின் அழகுநிலை
நன்றாக உணர்ந்திடுமே நம்கோலம் கண்டு

அரிசிமாவில் வரைந்திடுவார் நம்தமிழர்
அன்னதானம் என்பதாகும் சிறுஉயிர்க்கு,
புரிந்துகொண்ட சிற்றெறும்பும் பூச்சிகளும்
போதுமென உண்டுவிட்டு இல்லம்வாரா.

கலைநயமும் கைவண்ணமும் ஒன்றுசேர
கன்னியரோ கால்கடுக்கக் குத்தவைத்து
சிலைநயமும் பொங்கிடவே வரைந்திடுவர்
சிறந்திடுமே தமிழர்தம் கலாச்சாரம்

உடல்வலிமை, உடற்தூய்மை பெருகிடுமே
உடற்பயிற்சி, யோகாவும் இருப்பதனால்,
அடலேறும் இதைக்கண்டு ஆரப்பரிக்கும்
அன்றாடம் கோலமிடு வாயில்முன்னே

80. செடிகள் பேண்

பேணுதற்குச் சிறுசெடிகள் நிறையவுண்டு
பெருமருந்தும் நல்லழகும் அதில் உண்டு
காணுதற்கு அதிலினிமை மிகஉண்டு
கண்டிடுவீர் போற்றிடுவீர் அதன்மகிமை கண்டு

கத்தரிக்காய், மிளகாய், தக்காளி
கறிவேப்பிலை, கொத்துமல்லி இவைகளோடு
புத்துணர்வு தந்திடற்குத் துளசி மற்றும்
பூச்செடிகள் பலவகையாய் நட்டிடுக

அறைகளிலும் சிறுசெடிகள் வைத்திடுக,
அழகுசேர்க்கும் பூங்கொடிகள் சேர்த்திடுக
உறைகின்ற நாட்களெல்லாம் வளம்சேரும்
ஒருநாளும் மருத்துவமோ தேவையில்லை

செடி கொடிகள் பேணுதலால் மென்மையாவீர்,
சிறப்பாகும் மூச்சுக்காற்றும் இயற்கையாகவே
பொடிப்பொடியாகும் அறைவெப்பம் நம்வீட்டில்
பொன்னுலகம் என்பதற்கு நம்வீடே சான்றாகும்.

81. சித்திரம் வரை

சித்திரங்கள் வரைவதொரு நற்கலையாம்
சிந்தையது செம்மையாகும் அக்கலையால்
பத்திரமாய் நம்மனத்தைப் பாதுகாக்க
பழகுகலை பலவற்றுள் அதுவொன்றாம்

இல்லமதில் நம்பொழுது பொன்னாகும்,
இருப்பதெல்லாம் நம்கண்ணில் கலையாகும்,
உள்ளமதில் உற்சாகம் உருண்டோடும்,
உயிரினிக்கும் சித்திரங்கள் வரைவதாலே்

அழகியலின் அற்புதமாம் சித்திரங்கள்
அன்பொழுகும் உள்ளமதை அன்பளிக்கும்
பழகுவதால் இக்கலையை நன்றாக
பள்ளியாகும் இல்லமெல்லாம் கலையொழுக.

ஈரநெஞ்சம் தான்கூட்டும் இதயமதில்,
இன்முகத்தை வெளிக்காட்டும் சித்திரமே
ஊரறியும் நம்பெருமை சித்திரத்தால்
உலகுவாழும் உவப்புடனே நற்கலைகளாலே

82. செந்தமிழ்பேசு

அமிழ்தான திருமொழியாம் தமிழென்க
அதைப்பேசி நாக்கிற்கு உயிர்கொடுக்க
குமிழ்போன்ற அயல்மொழிகள் வேடமென்க,
குவலயத்தில் தமிழ்பேசி நம்குலம்காக்க

தமிழ்பேசு உன்னுள்ளம் கனிவாகும்
தமிழ்பேசு உன்நெஞ்சம் நன்கினிக்கும்
தமிழ்பேசு உன்னில்லம் நனிசிறக்கும்
தமிழ்பேசு அங்கமெல்லாம் தங்கமாகும்

தமிழெங்கள் தாயென்றால் மிகையாகா
தமிழெங்கள் மகளென்றால் சரியாகும்
தமிழெங்கள் சோதரியென்றால் சுகமாகும்
தமிழெங்கள் வாழ்வென்றால் வரமாகும்

செந்தமிழைப் பேசிப்பேசிச் சித்திரமாய் ஆகிடுக
செந்தமிழைப்பேசிப்பேசி சீருள்ளம் பெற்றிடுக
செந்தமிழைப்பேசிப் பேசித்தமிழினத்தை வளர்த்திடுக
செந்தமிழைப்பேசிபேசி உயிருடனே வாழ்ந்திடுக

83. நடந்தே செல்

கால்களதன் பயனென்றும் நடப்பதாகும்
காலமெல்லாம் நடந்திடுக அதனாலே
கால்கள்தனை முடக்கிவிட உடல்முடங்கும்,
கற்பனையல்ல உயிர்முடங்கும் அதன்பின்னே

பாதத்தில் உடல்நரம்பெல்லாம் முடிவுறுமே
பாதம்மண்ணைத் தொட நடப்பதிங்கே நலமாகும்
நாதமொன்றே இரத்தஓட்டம் சிறப்பாதல்
நடப்பதனால் குருதியோடும் உடம்பெல்லாம்

ஓடுகின்ற குருதிதானே உள்ளுறுப்பு
ஒவ்வொன்றின் நலம் காக்கும் நமை
நாடுகின்ற பலநோய்க்கும் விடையளிக்கும்
நாநிலத்தில் நோயற்று வாழவைக்கும்

சர்க்கரைபோ, மாரடைப்போ, உடலுப்போ,
சகதிபோலே குவிந்துவிடும் உடல்கொழுப்போ,
நிற்கையிலே ஆட்தள்ளும் கிறுகிறுப்போ
நிழல்போலே உடனுறையும் இரத்தக் கொதிப்போ

இன்னபிற நோயெதுவும் உன்னைத்தீண்டா,
இதயநிறை மகிழ்ச்சியோடு வாழ்ந்திடவே
என்னமுறை கொண்டாலும் உன்வாழ்வில்
என்றென்றும் நடப்பதையே நிறுத்திடாதே

84. வெறுந்தரை உறங்கு

உறங்குதலே உயிர்வளர்க்கும் நற்செயலாம்
உறங்காநிலை உன்னுடலைக் கெடுத்துவிடும்
உறக்கமது அளவோடு இருந்துவிட்டால்
உடல்நலத்தின் அடையாளம் அதுவேயாகும்

உயிர்கொடுத்த பெற்றோர் விடுத்துநம்
உயிர்வளர்க்கும் தாய்தந்தை நம்மண்ணேயாகும்
பயிர் முதலாய் தானியங்கள் நமக்களித்து
பசிபோக்கித் தாகமதும் தீர்த்திடுமே அம்மண்ணும்

தரையோடு உறவாடித்தான் தூங்கிடுக,
தாயவளின் மடிதான தென்றுணர்ந்திடுக
விரைவாயும் சரியாயும் தூக்கம்தரும்,
வீண்வலிகள் உடல்விட்டே பறந்துவிடும்

உழைப்பவர்க்குத் தரைத்தூக்கம் சுகம்தருமே,
உடலிறுகி சமவளர்ச்சி கண்டிடுமே
மலைக்கவைக்கும் மண்மகிமை பரவிடுமே,
மனமெங்கும் உறக்கமது விரவிடுமே

85. ஓட்டடை ஓட்டு

அங்கங்கே வீட்டுமூலைகளில் நூலாம்படை
அப்பிக்கொண்டு இருந்திடுமே உயரங்களில்
எங்கெங்கும் இருப்பதை நீ கண்டவுடன்
எப்படியோ அதைத்துடைத்துத் தூய்மைசெய்வீர்

நூலாம்படை நிறைந்தவீடு கடன்சுமக்கும்
நூறாண்டாய் நம்தமிழர் சொல்லும்மொழி
பாழான சோம்பேறித் தனத்தினாலே
படுத்துக்கொண்டே அதைநீக்க இயலமாட்டார்

சோம்பேறித்தனம் புகுந்தால் இல்லமது
சுத்தத்தை இழந்துவிடும் அழுக்காகும்
பாம்பேறிக் குடிபுகுமே, பாவம்சேரும்
பாவிகளோ உழைப்பதையும் மறந்திடுவார்

கடன்சேரும் அதனாலே என்றார்
கற்றவித்தை பயன்படுத்தி உழைத்திட்டால்
உடன்தீர்ப்பார் அழுக்கினையும் இல்லத்தில்
உயர்ந்திடுவார் தம்முடைய நல்வாழ்வில்

86. விளக்குமாறு பிடி

வீட்டிலொரு புனிதமான நற்கருவி
வீடுபெருக்க உதவிடுமே அக்கருவி,
வீட்டினிலே அதுவிளங்கப் புனிதமாகும்வீடு
விளக்குமாறு என்பதுவே அதன்பேராகும்

பார்ப்பவர்க்கு வீட்டைப்பற்றி விளக்குவதால்
பழகியதே பட்டமென்று விளக்குமாறும்
ஆர்ப்பரிப்போர் இல்லம்வந்து அமைதியாதல்
அமைந்திடுமே விளக்குமாறு பெருக்குவதால்

அன்புநிலை இல்லத்திலே பெருக்குவதும்,
ஆனந்தத்தை இதயத்திலே கூட்டுவதும்
பண்பெனவே விளக்குமாற்றுக் கானதனால்
பணியானது கூட்டுதலும் பெருக்குதலும்

தூய்மைப்பணி செய்பவரோ கீழ்த்தரமா?
தூய்மைப்பணி செய்வதந்த விளக்குமாறு
தாய்மைப்பணி என்பதையே மறவாதீர்
தாயையென்றும் மறப்பதுண்டோ சொல்லிடுவீர்?

87. புன்னைக் காற்று புசி

காற்றில் உலவிக்காலம் கழி,
காலை, மாலை நல்லோர்க்கது வழி
நாற்றைத் தழுவும் குழந்தைக்காற்று
நாசிவழியே வருவதும், போவதும் சரி

வேப்பங் காற்று வேதனை தீர்க்கும்,
வேலங்காற்று இதயம் நனைக்கும் - மாந்
தோப்புக்காற்று தொய்வைப் போக்கும்
தோழமையாகும் அரசங் காற்று

ஆலங்காற்று அன்பாய்த் தழுவும்,
ஆளை இளைக்கும் புளியங்காற்று,
ஞாலம் மணக்கும் பன்னீர்க்காற்று
நாளும் சுகித்திடத் தென்னைக்காற்று

அன்னைமடியில் அமுதம் சுவைத்திட
அறுசுவை உணவாய்ப் பாசம் உண்டிட,
புன்னை மரத்தினடியில் துயின்றே
புசித்தே மகிழ்வாய் புண்ணியக்காற்றை

88. கிணற்றில் நீந்து

கிணற்றினில் நீச்சலை நீந்திப்பழக்
    கேட்டுப்பழகு அதன் உள்நீச்சல்
மனத்தினில் வலிமை நன்கே பெறுவாய்
    மனிதா இதுநல் லுடற்பயிற்சியாகும்

கைகளும் கால்களும் பெருவலிபெறுமே,
    கடுமையாகும் மூச்சுப் பயிற்சியும்,
மெய்யில் செயல்படா உறுப்பேயில்லை,
    மேனியை நீச்சலில் உள்நுழைத்திட்டாலே;

குருதியோட்டம் சீர்மிகப் பெற்றிடும்
    கொழுப்பைக்குறைத்துத் தொப்பை கரைக்கும்
பரிதியின் காலை ஒளிக்கதிர்போலே
    பளிச்சென்று ஆகிடும் கண்களுமங்கே

உடலின் வெப்பம் ஒன்றும் நிற்கா
    உயிரில் மயக்கம் ஏதும்தங்கா
கடலினில்கூட நீச்சலடிப்பாய் - வாழ்க்கைக்
    கடலைக் கடப்பாய் நாளும்நீந்தியே

89. மூச்சை அறிக

மூச்சுவிடுதல் முறையாய் இருந்தால்
முதுமை வரையிலும் நலமாய் இருப்பாய்
பேச்சுக்குரியது வாயின் செயலாம்
பேசும்வாயில் மூச்சை இழுத்தலாகா்

நாசித்துவாரம் மூச்சின் பாதை,
நாளுமதன்வழி மூச்சினை யெடுப்பாய்
தூசுத்துகள் நுரையீரல் நுழையா,
தூயகாற்றை மூக்கோ இழுத்தால்

தினமும் காலை மூச்சினைப் பயில்க,
திருத்திய மூச்சை அதனில் பருகுக
மனமும், உடலும் மூச்சால் நிறைக,
மனிதாஅது உன்னுயிர் என்க

வெளிவரவேண்டும் வயிறு, மூச்சையிழுக்க,
வெளிவிடு மூச்சில் வயிறு உள்சுருங்கிடுக,
களிப்புடன் வாழக் கற்பாய் காற்றை,
காற்றினில் தானே இருக்குதுன்மூச்சு.

90. ஏப்பம் உணர்

ஏப்பம் என்பது குடலின்தந்தி
எடுத்திடும் உணவு அதுதரும்செய்தி
தீப்பந்தெனவே பசித்திடும் குடலோ
தீட்டிடும் செய்தி அதுவே பசியேப்பம்

சாப்பிடும் பொழுதில் ஒருசிறு ஏப்பம்
சாப்பிட்ட அளவு சரியே, அதன்பொருள்
நாப்பசை நம்மை மேலும்தூண்டும்
நன்றாய் உண்ண மீண்டும்வருமே புசியேப்பம்

போதுமேயென்று குடலும் சொல்வதைப்
புரிந்திடல் வேண்டும் குடல்மொழிஏப்பம்
வாதினில் மீண்டும் உண்டிட உண்டிட
வந்திடும் நோய்கள், வருத்திடும உடலை

ஏப்பமறிந்து அளவாய் உண்க,
எச்சுவையெனினும் ஏப்பம் தடுக்க,
மோப்பமுணர்ந்து குடலினைக் காக்க
முழுதாய், மகிழ்வாய் நீயும் வாழ்க.

91. இருகால் நில்

இருசமச்சீர் உயிரியாவர் மனிதரெல்லாம்
இருகால்கள், இருகைகள், இருவிழிகள்
ஒருமூக்கும், ஒருவாயும், ஒருநாடி
ஒவ்வொன்றும் இருசமமாய் இருப்பது காண்

உடலெடையை இருசமமாய்ப் பிரித்துக்கொண்டு
ஒழுங்காக இருகாலால் நிற்கவேண்டும்
மடல்வாழை மழைநனைத்து சாய்வதுபோல்
மனிதாநீ நிற்காதே ஒருகாலால்

இடுப்பெலும்பு ஒருபக்கம் தேய்ந்துவிடும்
இன்னொரு பக்கம் சுமையின்றி ஓய்ந்துவிடும்
தொடுத்தவலி கூடிடவே நடைகூடச்சாய்ந்துவிடும் - வலி
தொடர்ந்திடவே மஜ்ஜையெல்லாம் காய்ந்துவிடும்

ஊனமெதும் ஆகிடாமல் தடுத்திடற்ககு
உடலெலும்பு தேய்வுதனை விடுத்திடதற்கு
மானமுடன் நலத்துடனே வாழ்ந்திடற்கு
நாளும் நீ நிற்கையிலே நின்றிடுக இருகாலால்

92. நிமிர்ந்து அமர்

இடுப்பெலும்பு இயற்கையீந்த இருக்கையென்க
இதயம்முதல் மூளைவரை அதனாணை;
துடுப்பில்லாப் படகெனவே ஆகிவிடும்
துடிப்பில்லா இடுப்பெலும்பு இருந்துவிட்டால்

சம்மணமாய் அமர்தலொரு சுகயோகா,
சரியாகக் கைக்கொண்டால் நலம்போகா
எம்மணமும் மகிழ்ச்சியாக இருத்தலுக்கு
ஏற்றதொரு யோகாவாம் நிமிர்ந்தமர்தல்

நிமிர்ந்தமர்க சம்மணமாய் அமர்கையிலே,
நேராகும் முதுகெலும்பு நரம்புடனே
அமிழ்தான நலவாழ்வு உன்கையிலே
அற்புதமாய்ச் சரியாகும் நரம்பெலும்பும்

நுரையீரல் மூச்செல்லாம் எளிதாகும்
நுட்பமான தமணியெல்லாம் குருதிவழியாகும்
அரைவாழ்க்கை வேண்டுமெனில் குனிந்தமர்க
ஆல்போலே நீடுவாழ நிமிர்ந்தமர்க

93. இல்லம் மகிழ்ந்திரு

வீடென்றால் சொர்க்கமென் றறிந்திடுக
வீடேதான் உலகமென்றும் உணர்ந்திடுக்
வீடொவ்வொன்றும் நன்றாக விளங்கிடவே
விளங்கிடுமே நனிசிறந்து இவ்வுலகம்

வீடென்றால் குடும்பமென்று கொண்டிடுக
வீட்டில்நீ இருந்தால்தான் குடும்பமென்றாகிடுமே
வீடுதானே பிள்ளைகளின் பயிலரங்கம்
வீட்டினிலே பெற்றோர்தான் கடவுளாவர்

வீடென்றால் ஞானசபை என்றிடுக
வீடுறையும் பெரும்பெற்றோர் ஞானியாவர்
வீடுமட்டும் கலாச்சார மையமென்க
வீடுதானே உயிர்வளர்க்கும் வித்தைக்கூடம்

வீடென்றால் உயிர்காக்கும் மருத்துவமனை
வீட்டிலுள்ளோர் யாவருமே மருத்துவராம்
வீடுமட்டும் மனிதரவர் அடையாளமாம்
வீடுவிட்டால் ஏதுமில்லை மகிழ்ந்திடுவாய் வீடிருந்து.

(பெரும்பெற்றோர் - தாத்தா, பாட்டி)

94. மகிழ்ச்சியாய் உண்

உண்ணுதலோ உடல்வளர்க்க என்றாலும்
உயிர்வளர்க்க மகிழ்ச்சியாக உண்டிடுக
எண்ணுதலே நல்வகையாய் இன்பமாகும்
எவ்வுணவும் உண்ணும் வகையதனாலே

சுவையெல்லாம் இருப்பதந்த உணவிலல்ல – அன்பு
சொட்டச்சொட்ட பரிமாறல் நடப்பதனாலே
அவையினிலே அனைவர்முன் பழித்தபின்பு
அமுதுணவே யென்றாலும் ருசித்திடாது

சமைத்தலென்றால் உணவுவகை தன்னோடு
சந்தோசம் அன்பையுமே சேர்த்துத்தான்
சுமையெல்லாம் இறங்கிவிடும் மனத்தினின்று
சுறுசுறுப்பும் சேர்ந்துவிடும் உவகையினால்

மகிழ்ச்சியோடு உணவுதனை உண்பதனால்
மனமெல்லாம் அன்பினாலே பொங்கிவழியும்
சுகித்திடுக சொர்க்கம்போன்ற வாழ்வுதனை
சுத்தமான உணவினாலே மனிதர்களே

95. ஏற்ற உடை உடுத்து

உடைதானே மானங்காக்கும் கவசம,
உயிரெல்லாம் மானத்தின்முன் துவம்சம்
எடை யெள்ளளவோ, எவ்வளவோ
ஏற்றஉடை உடுத்துதலே நல்லழக்

கடையெல்லாம் துணிமணிக ளென்றாலும்
கச்சிதமாய் உடையுடுத்தல் நன்றாகும்
தடையாக உடுத்துமுடை ஆகிடாது
தட்பவெப்பம் பார்த்துநன்றாய் உடுத்திடுக

வெப்பமான நம்நாட்டில் மனிதருக்கு
வேண்டுமுடை எப்போதும் பருத்தியாடை
அப்பளம்போல் நொறுங்கிவிடும் உடல்நலமும்
அவசியமோ செயற்கையான நூலுடைகள்?

நாகரீக உடையென்ற பெயராலே
நல்லுடைகள் என்றென்றும் தவிர்த்திடாதே
சோகமென்றும் நேர்ந்திடாத நம்முடையோ
சுத்தமான பருத்தியாடை மறக்கலாகா

96. எண்ணெய் பூசு

கதிரவனின் கடும்வெப்பம் நேர்நின்று வீழ்தலினால்
காலமெல்லாம் நம்நாடு வெப்பநாடு என்பதாகும் :
புதிதாக நாகரீகம் பலவாறாய் இங்குவந்து
பொன்னான நம்வழக்கம் புதையுண்டே போனதம்மா:

எள், இலுப்பை, ஆமணக்கு, வேம்பென்று
எல்லா வகையினிலும் எண்ணெய் உண்டு
நல்விதமாய் வாழ்தலுக்கு நம்முன்னோர் வகுத்தளித்த
நயமான எண்ணெய்தனை நாளும் சேர்ந்திடுக;

உடல்சூட்டைத் தணிப்பதற்கே எண்ணெய்தனை
உணவினிலே சேர்க்கச் சொன்னார் நம்முன்னோர்
மடல்வாழை வெயில்காய்ந்து மயங்குதல்போல்
மானுடனும் காய்ந்திடாது தடுத்திடற்கு எந்நாளும்

மண்டைக்கு எண்ணெய்பூசி வாழ்ந்திடுதல்நலம்;
மரத்தேங்காய் நசுக்கிவரும் மனங்கமழும் எண்ணெயது
பண்டைநாள் முதலாகப் பயன்படும் அவ்வெண்ணெய்
பயன்மிகவும் கொண்டதுவாம், பலவாறாய் உதவிடுமே;

உச்சியிலே அப்பிடுக, உன்கண்கள் ஔிர்ந்திடுமே;
உரோமங்கள் வேர்பிடித்து உதிர்ந்திட செய்யாது;
மெச்சியுடல் முழுக்கப்பூசிடுக, மேனியெலாம் மினுமினுக்கும்
மெய்தீண்டா எந்நோயும், மேன்மையுறு தேங்காய்
எண்ணெய்தடவ.

97. திரும்பியும் பார்க்காதே அழகுநிலையம்

அழகென்பது உடலில் இல்லை,அறிந்திடுவீர் ;
அழகென்பது உள்உறையும்,உணர்ந்திடுக
அழகென்பது புதிதெனவே ஆக்குதலன்று, ஐயுளவோ ?
அழகென்பது இருப்பதைக் காப்பதே,புரிந்திடுக;

அழகென்றால் உண்மையாகும், அறிந்திடுவீர் ;
அழகென்றால் அன்பாகும்,உணர்ந்திடுக
அழகென்றால் தீதறு புன்னகையாம், ஐயுளவோ?
ஆழகென்றால் கபடமறு பாசமாகும், புரிந்திடுக;

அழகென்றால் உயிர்காக்கும் நட்பாகும், அறிந்திடுவீர்
அழகென்றால் உயிருறையும் உறவாகும்,உணர்ந்திடுக
அழகென்றால் பகிர்ந்தளிக்கும் இன்பமாகும் ஐயுளவோ?
ஆழகென்றால் நாம்வாழும் இவ்வாழ்வாகும், புரிந்திடுக.

ஆழகென்ற ஏதொன்றும் இருக்கிறதா
அழகுதனை விற்கின்ற அழகுநிலையமதில்?
அழகெல்லாம் உன்னுள்ளே இருப்பதனால்
அழகுவேண்டித் திரும்பியும் நீ பார்க்காதே
அழகுநிலையம்?

98. உதட்டுச்சாயம் உதறு

உண்மைதனை உரைத்தலுக்கே உதடாம்
ஒளியுமிழும் புன்னகைக்கும் உதடாமே;
மென்மையான பேச்சுக்கலை வளர்த்தலுமே உதடாம்
மேன்மைபொங்கும் உணவுண்ண நல்லுதடாம்:

சுருட்டுகின்ற உதட்டினிலே எரிச்சல் தெறிக்கும்
சுவைமிகுந்த பண்டம் பார்த்தால் உதடும் சிரிக்கும்;
மிரட்டுகின்ற இனம்காட்ட பல்கடிக்கும் உதடு
மிகுகவனம் வேலைதனில் மயங்கும் உதடு;

உயிர்கரைத்து முத்தமென அளிக்கும் உதடு,
உயிர்காக்கும் அருமருந்து வாழ்வெல்லாம் அதுவன்றோ?
மயிர்கழிந்த காலத்திலும் வாழுகின்ற ஆசைதரும்
மனம்கமழ மனைவிதரும் உதட்டுமுத்தமன்றோ?

உலகினுக்கு உனைக்காட்டும் உதட்டின்மீது
உறுபொருள் மறைக்கின்ற சாயப்பூச்சு தேவைதானா?
வளமிக்க வாழ்வினுக்கு வழிகாட்:டும் உதட்டின் மீது
வலிந்தேன் பூசல்வேண்டும் வண்ணச் சாயம்?

99. மருதோன்றி அழகுசேர் (மருதாணி)

உண்மைதனை முறைமை கொண்டு வாழ்ந்தவன்
உயிரனவே வீரமும், காதலும் சேர்ந்தவன்
நன்மைதனை நோக்கமென ஆய்ந்தவன்
நல்லுடலே தன்னுடலாய் முதுமைவரை பாய்ந்தவன்;

செயலெல்லாம் மருத்துவத்தின் வெளிப்பாடாம்
செய்திடுவான் யாதொன்றும் உடல்நலத்தின்
அரும்பாடம்;
முயல்வதெல்லாம் தன்னறிவின் முதிர்ச்சியாகும்
முன்னோர்கள் சொன்னதெல்லாம்
அறிவுத்தமிழ்கலையாகும்;

நகக்கண்கள் நோய்க்கிருமி நுழைவாயில்,
நன்றாக அதைநாமும் காத்திடல்வேண்டும்;
புகத்துடிக்கும் நோய்க்கிருமி தனைத்தடுக்க,
புதுவழகு கூட்டியெடுக்க, மருதோன்றி நீ நாடு;

இரத்தத்தின் அளவு காட்டும்,விரலழகு காட்டும்,
இரும்பின் செறிவு தோற்றும்,இதயம் இளகும்;
சுத்தத்தின் சூத்திரம் கொண்ட மருதோன்றி
சுடச்சுடக்கிருமிகொல்லும், நோய் வெல்லும்;

நகமொடு உள்ளங்கை, விரல்பரப்பி
நன்றாகப் பூசிடுக மருதோன்றி சிவந்துவிடும்
அகம் மகிழும், அன்புமகிழும், ஆசை ஆசை
அத்தையவள் ஆயுளுமே நீண்டு விடும்;

100. பாடிப்பழகு

பாடுதலொரு கோடியின்பம் பயின்றிடுக
பாடுதலால் மனத்துன்பம் அகன்றோடும்
பாடுதலே இல்லக்கலை வளர்க்கும்
பாடுதலால் நோய்முறியும் அறிந்திடுக;

உள்மனத்துப் பெருங்கவலை ஆவியாகும்
உள்நினைத்த எண்ணமெலாம் பாடலாயின்;
உள்மூச்சும், வெளிமூச்சும் ஒன்றிணையும்;
ஒரு பாடல் பாடுவதும் உன்னத யோகாவாம்;

பாடுதலால் நெஞ்சினிக்கும், குரல்வளர்க்கும்
பட்டறிவே பாடலாகும், கவிபிறக்கும்;
பாடுவது தொண்டை காக்கும்,பயன்விளைக்கும்
பாடுதலால் நாமணக்கும், சூழல் சிறக்கும்;

பாடுதலோ அறிவுலகம் அழைத்துச்செல்லும்
பாடுதலால் நம்திறமை ஜகம் விளங்கும்
பாடுதலோ மனிதருக்கோர் அரும்பரிசு
பாடுதலால் நலமனைத்தும் விளைவிப்பீர்;

101. நடனம் நன்றாம்

ஞாலமது புரிகின்ற நடம்தானே உலகியக்கம்
ஞாலமதன் துறும்பே நாமென்றால் மிகையாகா;
கோலமது சிறந்திடத்திற்கு உடல்நடனம்
குவலயத்தில் உனையுயர்த்தும், நலம்நிறுத்தும்;

நடமிட்டு உடல்வியர்க்க மனம்செழிக்கும்
நடனத்தினொடு தானாகக் கவிசேரும், களிகொடுக்கும்;
உடம்பினிலே கொழுப்பினையே கரைத்துவிடும்
உள்ளமதை துள்ளலோடு வைத்திருக்கும்;

சிறு இல்லம் கலைமிளிரும், கண்மலரும்
சிறார்கூடக் கவிமயிலாய் உளம்வளர்ப்பர்;
சுறுசுறுப்பாய்க் கடன்முடிப்பர், கல்விதேர்வர்
சோம்பலென்ற சொல்லங்கே மறைந்தேகும்;

நடம்பயில நம்முன்னோர் தடம்பயில்வீர்
நல்வாழ்க்கை வடமிழுப்பீர், வாழ்வீர்;
புடம்போட்ட தங்கமெனச் சொலித்திடுவீர்
பூவுலகின் நடம்போல நில்லாதியங்கிடுவீர்.